కథ చాణక్య

KATHA CHANAKYA

NOW IN TELUGU

స్వాప్నికులకు, యోచకులకు
వివేచనాత్మక కథలు

రాధాకృష్ణన్ పిళ్లై

జైకో పబ్లిషింగ్ హౌస్
అహమ్మదాబాద్   బెంగుళూర్   చెన్నై
ఢిల్లీ   హైదరాబాద్   కోల్‌కత్తా   ముంబై

Published by Jaico Publishing House
A-2 Jash Chambers, 7-A Sir Phirozshah Mehta Road
Fort, Mumbai - 400 001
jaicopub@jaicobooks.com
www.jaicobooks.com

© Radhakrishnan Pillai

KATHA CHANAKYA
కథ చాణక్య
ISBN 978-93-86867-20-9

First Jaico Impression: 2017
Second Jaico Impression (New Cover): 2021
Third Jaico Impression: 2022

Translator: G.R.K. Murthy

No part of this book may be reproduced or utilized in
any form or by any means, electronic or
mechanical including photocopying, recording or by any
information storage and retrieval system,
without permission in writing from the publishers.

Printed by
Repro India Limited, Mumbai

కథలలో ఆసక్తి
ఎన్నడూ వీడని మీలోని చిన్నారికి
ఈ పుస్తకం అంకితం

పరిచయం

ఇరవై సంవత్సరాలుగా ఇరవై సుదీర్ఘ సంవత్సరాలు - ఘనయశశ్వి చాణక్యులను గురించి పరిశోధించుతూ, అవగాహన చేసికొనటానికి ప్రయత్నించుతూ గడిపాను.

చాణక్యుల విధేయుడైన అనుచరుడిగా, భక్తుడిగా టెలివిజన్ సీరియల్స్ (డాక్టర్ చంద్రప్రకాశ్ ద్వివేది - చాణక్య), పుస్తకాలు, పరిశోధనా వ్యాసాలు, ఇంటర్నెట్ నిపుణులు, పండితులతో చర్చలు, ఇంకా అనేక మూలాల ఆధారంగా ఆయన జీవితాన్ని పరిశోధించాను. ఆయన వివేకాన్ని, వివేచనను ప్రచారం చేసే ముందు చాణక్యులను గురించి సాధ్యమయినదంతా నేర్చుకున్నాను.

ఆయనను గురించి తెలుసుకొనిన కొద్దీ ఇంకా ఇంకా తెలిసికొనాలని, నేర్చుకొనాలని తృష్ణ కలిగింది. ప్రతి రోజూ ఆయన ఒక కొత్త కోణంలో దర్శనం ఇచ్చేవారు. నా పూర్వరచనలు 'కార్పొరేట్ చాణక్య' 'చాణక్యాస్ 7 సీక్రెట్స్ ఆఫ్ లీడర్‌షిప్', 'చాణక్య ఇన్ యు' ఆ మహామహుడిని భిన్న దృక్పథాలలో చూపినవి.

కాని ఇంతవరకూ ఆయన జీవితాన్ని గురించీ, అందులోనించి ఉద్భవించిన ఉత్తేజపూరితమైన కథలనూ నేను వ్రాయలేదు.

ఈ పుస్తకానికి మిగతా వాటికి అదే వ్యత్యాసం వేరు చేసేది అదే. ఇందులోని కథలన్నీ చాణక్యుల జీవితంనించి మనం నేర్చుకోవలసిన పాఠాలు. కొన్ని చరిత్రాత్మకాలు, మరికొన్ని సంప్రదాయకంగా వచ్చినవి, మిగిలినవి రచయిత ఊహాలోకంలో జనించినవి.

కాని ప్రతికథలోను పాఠకులుగా మీరు శోధించి వ్యక్తిగత స్థాయిలో అర్థం చేసికొనవలసిన సందేశం ఇమిడి ఉన్నది. ఈ కథలలో చాలమటుకు ముఖ్యపాత్రలు చాణక్యులు, ఆయన శిష్యుడు చంద్రగుప్తుడు. గురుశిష్యులుగా వారి చర్చలు, వాదోపవాదాలు మనకాలంలో ఈనాటికీ సమయోచితాలే. చాణక్యుల కథలు మీలో ఒకనూతన వ్యక్తిని మేలుకొలపటానికి సాయపడుతాయి.

ఒక పాఠకులు నన్ను ఒక ప్రశ్న అడిగారు. "మీ తరవాతి రచన దేనిని గురించి?"

"చాణక్య కథలు." నా సత్వర సమాధానం.

అయితే ఆ ప్రశ్న నాలో ఆలోచన రేకెత్తించింది – కథలు, ఎవరికోసం? అప్పుడు నాకు స్పష్టమయిన సమాధానం దొరకలేదు. ఆనాడు నేను ఇంటికి చేరినపుడు నా పిల్లలు నిద్రపోయే ముందు కథ చెప్పుమని అడిగారు. వారికి ఒక చాణక్య కథ చెప్పాను. ఆ క్షణం నేను వెతుకుతున్న సమాధానం దొరికింది. చిన్నా పెద్దా అంతా కథలంటే చెవికోసుకుంటారు. జ్ఞానానికీ, వివేచనకూ కథలు బాటలు వేస్తాయి.

ఈ పుస్తకంలోని కథలు అందరికీ – మీ చిన్నారులకు, స్నేహితులకు, కుటుంబానికి, సహోద్యోగులకు, ఇంకా మీకు తెలిసిన వారందరికీ. మీకు ఏవైనా కథలు తెలిసి ఉంటే నాతో పంచుకోవటానికి సందేహించకండి.

ఇది చదివి మీరు ఆనందించి ఉంటే దయచేసి నాకు తెలియజేయండి. ప్రియమైన ఆచార్యులను గురించి మరిన్ని కథలతో మీ ముందుకు వస్తాను.

ముందుమాట

ఆయన అక్కడే ఉన్నారు.

సరిగ్గా మీ వెనుకనే.

ఆయన అక్కడే ఉన్నారని మీకు తెలిసే లోగా

ఆయన మిమ్మల్ని గమనించుతున్నారు.

ఆయన దుష్టులు, తీవ్రవాదులు కారు.

ఆయన నిష్ణాతులయిన వ్యూహారచయిత. రాజస్రష్ట

ఆయనను చాణక్యుడు, కౌటిల్యుడు

విష్ణుగుప్తుడు అని పిలుస్తారు

నిజానికి ఆయన ఒక మర్మయోగి.

ఒక చిన్నారిని 'మర్మయోగి' అంటే ఎవరని అడిగారు. ఆ అమాయక చిన్నారి ఆరిందాలాగా "మర్మయోగి అంటే మన అందరికంటే పెద్దవారు. మనకు బోధచేయటానికి ఆయన స్వర్గలోకం నుంచి వస్తారు. మర్మయోగి దేవదూత. దైవత్వానికి అసలైన మార్గం మానవులకు ఆయన మాత్రమే చూపగలురు." అన్నది

"మర్మయోగి ఇదంతా ఎలా చేస్తారు?"

ఆ చిన్నారి నవ్వి అన్నది. "కథలు చెప్పి."

మనలను అనంతంలోకి చేర్చగల తమదైన ఒడుపు కథలకే ఉన్నది.

ప్రతికథ ఒక నీతిని బోధించుతుంది. అంతకుమించి మన అంతరంగ తరంగాలను స్పృశించగల అవ్యక్తశక్తి కథలోనే ఉన్నది.

ఆ చిన్నారి అప్పుడు ఒక కథ చెప్పుమని అడిగాడు. ఆ బిడ్డకు చాణక్యులను గురించి ఒక కథ చెప్పాను. అప్పుడు ఆ బిడ్డ ఇంకొక కథ అడిగాడు. ఆ కథలంటే ఎంత ఇష్టపడ్డాడంటే, చాణక్యులను గురించి కథలు ఇంకా ఇంకా చెప్పుమని అడుగుతూనే ఉన్నాడు. ఆ కథలకు చారిత్రక ఆధారాలు ఉన్నవా లేవా, అవి కల్పితాలా, నిజాలా అన్నది అప్రస్తుతం అయింది. ప్రతిరాత్రీ నిద్రపోబోయే ముందు ఒక కొత్తకథ వినటమే ముఖ్యం అయింది.

కనుక చిన్నారికి ప్రతిరాత్రి కథకోసం, రోజులు, వారాలు, నెలల తరబడి కథలు అల్లబడినాయి. సంబరాలు పుట్టించే ఇన్ని కథలు చెప్పించింది ఆ చిన్నారి ఉత్సాహము, గంతులువేసే అపారశక్తీను. చివరికి ఆ చిన్నారి కన్నుల్లో వెలుగు కన్పించింది. అతని దరహాసం అద్భుతం - దాదాపు మర్మమయం.

కథలశక్తి, కథలోని మాయ, ఆ మాటల లోని నిజంతో ఆ చిన్నారి నిదానంగా, నిశ్చయంగా మర్మమేధ అవతారం తాల్చాడు.

రోజుకొక కథ అజ్ఞానాన్ని దూరం చేస్తుంది మనలోని బిడ్డ కథలంటే
చెవికోసుకుంటుంది. తనే కథలు సృష్టించుతుంది.
కనుక ప్రతికథనూ ఏ అలజడీ లేకుండా వికసించనీయటంలో
ఆ చాణక్య మహనీయులను మీలోని మర్మమేధను కలపండి
కథలు ఆరంభం కానీయండి.

విషయ సూచిక

పరిచయం	v
ముందుమాట	vii
విషయసూచిక	ix

ఒకటవ భాగం : తొలి పది కథలు

చాణక్యులు – ఆచార్యులు

1.	నిబద్ధత – స్వయంశిక్షణ	3
2.	కుటుంబం ఆద్యం	8
3.	యుద్ధం – సహకారం	13
4.	బలహీనమైన లంకె	19
5.	ఏకైక వ్యక్తి శక్తి	25
6.	ఆదర్శవిద్యార్థి – అన్వేషణ	31
7.	యుద్ధ వ్యూహం	36
8.	ఆన్వీక్షికి – యోచనా శాస్త్రం	42
9.	రాజు – రాజస్రష్ట	48
10.	ధననందుడి శిక్ష	54

రెండవ భాగం : తర్వాతి పది కథలు

చాణక్యులు – దేశికులు

1.	విద్య – హక్కు	61
2.	ప్రేమ – యుద్ధము	67
3.	మెదడుకు మేత	73
4.	రెండు దీపాలు	79
5.	జీవిత పరమార్థం	84
6.	చాణక్యుల రాజోత్తముడు	90
7.	రాష్ట్రము – రాజ్యము	96
8.	మీ అహం పక్కన పెట్టండి	101
9.	రాజు వైఖరి	106
10.	సంగీతం – ప్రాముఖ్యత	111

మూడవ భాగం : మలి పది కథలు

చాణక్యుల ఘనత

1.	ఐశ్వర్య సృష్టి	119
2.	నిశ్శబ్ద శిక్ష	124
3.	ప్రాణం విలువ	129
4.	పన్నులు చెల్లించండి	134
5.	నిశ్శబ్దంగా సొమ్మువసూలు	139
6.	స్త్రీలు – ఉద్యోగం	145
7.	గురుపుత్రుడు	151
8.	అనుభవ సంపద	156
9.	సత్పరిపాలన రహస్యం	161
10.	ప్రస్థానం	166

ఒకటవ భాగం : తొలి పది కథలు

చాణక్యులు – ఆచార్యులు

నిబద్ధత – స్వయంశిక్షణ

కుటుంబం ఆద్యం

యుద్ధం సహకారం

బలహీనమైన లంకె

ఏకైక వ్యక్తి శక్తి

ఆదర్శవిద్యార్థి – అన్వేషణ

యుద్ధ వ్యూహం

ఆన్వీక్షికి – యోచనా శాస్త్రం

రాజు – రాజస్రష్ట

ధననందుడి శిక్ష

రెండవ భాగం : తర్వాతి పది కథలు

చాణక్యులు – దేశికులు

మూడవ భాగం : మలి పది కథలు

చాణక్యుల ఘనత

అధ్యాయం 1

నిబద్ధత, స్వయం శిక్షణ

ఆచార్య నీతి

ఎన్నిసార్లు మీరు ఒట్టు పెట్టి, తర్వాత దానిని గట్టున పెట్టారు ?

నూతన సంవత్సర నిర్ణయం ఒక సర్వసాధారణ ఉదాహరణ. బరువు తగ్గటం, పెందలాడే మేలుకొనటం, ప్రాజెక్టు పూర్తిచేయటం, లేదా కొత్త దానికి శ్రీకారం చుట్టటం, ఏదైనా కానీయండి, హంగు ఆర్భాటంతో మొదలు పెడతాం తర్వాత దాని సంగతే మర్చిపోతాం. మనకు బద్ధకం పట్టుకుంది, లేదా మనం లక్ష్యం మర్చిపోతాం. ప్రాజెక్టులు, పథకాలు ఆరంభించటం కాదు. సక్రమంగా, సకాలంలో పూర్తి చేయటం ముఖ్యం. అసలు సమస్య ఏమిటంటే నిబద్ధత లోపం.

చాణక్యులు నిబద్ధత, స్వయంశిక్షణ కలిగిన వ్యక్తి. ధననందనుడిని సింహాసనం నించి తొలగించుతా నన్న ఆయన ప్రతిజ్ఞ దృఢనిశ్చయంతో భీష్మ ప్రతిజ్ఞతో పోల్చదగింది. (మహాభారతంలో భీష్ముడు చేసిన ప్రతిజ్ఞ ఆయన తుదిశ్వాస వరకూ నిలబెట్టుకున్నాడు.)

ఆచార్య కథ

రాజులు గురుకులంలో విద్యాభ్యాసం నాటి నించీ ఆధ్యాత్మిక పునాదులు వేసికొని తత్త్వశాస్త్రంలో శిక్షితులయ్యేవారు. గురుకులం అంటే విద్యార్థులు గురువుతో బాటే నివసించి చదువు నేర్చుకునే విద్యాలయాలు. సింహాసనం ఎక్కిన తర్వాత రాజకుమారులు ఈ ప్రాథమిక సూత్రాలు మర్చిపోకుండా

ఉండటానికి, పరిపాలించే రాజు, ఆయన ఆమాత్యులు వార్షిక సమావేశాలకు, గోష్ఠులకు, పండితులను, విద్వాంసులను - ఆధునిక కాలంలో నడిచే సభలు, సమావేశాల వలెనే - ఆహ్వానించేవారు. అలాంటి సభలు, సమావేశాలు తన ఆస్థానంలో కూడా నిర్వహించిన ధననందుడికి అవి అన్నీ వృధాకాలయాపనగా తోచినవి. కాని అవి అన్నీ తన పూర్వీకులు ఆరంభించిన కార్యక్రమాలు గనుక సంప్రదాయాన్ననుసరించి ఆయన కూడా వాటిని కొనసాగించక తప్పలేదు.

అలాంటి ఒక సమావేశానికి తమ నూతన భావాలు తెలపటానికి అనేక పండితులు విచ్చేసినపుడు ధననందుడు గైరు హాజరు అయ్యాడు. రాజు లేకుండా చర్చలు ఆరంభం కావటానికి వీలులేదు. ధననందుడి ప్రధానమంత్రి రాక్షస అమాత్యులు. ఆయన అఖండ వేదపండితుడు. ఆయన విద్వత్తు, వివేచన అపార గౌరవం పొందాయి. ఆయన మహారాజుకు అంతరంగిక సలహాదారు, వస్తుతః రాజ్యపాలకులు కూడా.

ఆ సమావేశంలో ధననందుడు లేకపోవటం చేత మగధ రాజ్య ప్రతిష్టకు భంగం కలుగనున్నదని రాక్షస అమాత్యులు గ్రహించారు. ఆ పరిస్థితి నివారించటానికి ఆయన రాజమందిరానికి వెళ్లారు. అక్కడ ధననందుడు దాసీజనంతో మద్యపానంలో మునిగి ఉన్నాడు.

"మహారాజా ! ఆస్థానంలో విద్వాంసులు, పండితులు తమకోసం నిరీక్షించుతున్నారు. మగధకు రాజుకావాలి. కనుక తమరు నాతో బాటు రమ్మని ప్రార్థన. మీ విలాసాలు తర్వాత కొనసాగించవచ్చు."

"మహామాత్యా రాక్షసా, మరెవరైనా నాతో ఇలా మాట్లాడటానికి ధైర్యం చేసి ఉంటే, వారికి మరణశిక్ష విధించేవాడిని. రాజును శాసించే అధికారం ఎవరికీ లేదు. కాని మీమీది గౌరవం కొద్దీ వస్తాను" అన్నారు ఏలినవారు.

ఒకసారి రాజాస్థానంలో ప్రవేశించిన తర్వాత ధననందుడికి ఆ చర్చలలో ఆసక్తి సన్నగిల్లసాగింది. ఆయన అక్కడ కూడిన పండితులను హేళన చేయటం

ఆరంభించాడు. అక్కడున్న విద్వాంసులలో కూర్చొని ఉన్న ఆచార్య చాణక్యులు అది సహించలేకపోయినారు. ఆయన అక్కడి నుంచి నిష్క్రమించాలని నిశ్చయించుకున్నారు. ఆయన నిష్క్రమించటం చూసిన ధననందుడు తనకు అవమానంగా భావించాడు.

ద్వారపాలకులను, ఆయనను ఆపుమని ఆజ్ఞాపించి, “మీరు ఇలా వెళ్లిపోదలచి ఉంటే, అసలు ఎందుకు వచ్చినట్లు?” అని అడిగాడు.

చాణక్యులు దృఢస్వరంతో బదులు చెప్పారు. “మగధరాజ్యంలో జ్ఞానజ్యోతి వెలుగుతున్నదా, రానున్న అలెగ్జాండర్ దాడిని సంయుక్తంగా ధ్వంసం చేయగలమా ? అని తెలిసికొనటానికి వచ్చాను. కాని నా తప్పు తెలిసికొన్న తర్వాత ఇక కాలం వృధా చేయదలచుకోలేదు.”

ఆగ్రహావేశుడైన ధననందుడు “ఈయనను నా రాజ్యం నించి వెలివేయండి” అని గర్జించాడు.

రక్షకభటులు చాణక్యుల శిఖపట్టి బయటికి గెంటారు. బ్రాహ్మణుడి శిఖ అతని గురుభక్తికి, దైవభక్తికి, శాస్త్ర ఆదరణకూ చిహ్నం. ఉదయం ప్రార్థన తర్వాత ప్రతిరోజు ముడివేస్తారు. తన శిఖపట్టి లాగటాన్ని తీరని అవమానంగా భావించి చాణక్యులు,

“నిన్ను మగధరాజ్య సింహాసన భ్రష్టుడిని చేసే వరకు ఈ శిఖ ముడివేయను” అని ఘోరప్రతిజ్ఞ చేశారు.

అప్పటివరకు చాణక్యులు ఏ అధికారము, పదవి, సేనాధిపత్యము లేని సాధారణ ఉపాధ్యాయులే. అయినా దేశంలోని శక్తిమంతులయిన మహారాజులలో ఒకరిని రాజ్యభ్రష్టుడిని చేయటానికి ప్రతిన పూనారు.

ప్రతిన చేయటం ఒకటే చాలదు; అది నెరవేర్చటానికి కృషి చేయాలి. ప్రతిరోజు చాణక్యులు తన శిఖ చూసి తన ప్రతినను గుర్తుచేసుకుంటారు. ఎట్టకేలకు ఆయన ధననందుడిని సింహాసన భ్రష్టుడిని చేసి చంద్రగుప్తుడిని భారతదేశ సార్వభౌముడిని చేసి చరిత్ర సృష్టించారు. అదే మౌర్యవంశ ఆరంభం.

సూక్ష్మదృష్టి

- అవినీతిపరులు కూడా అచంచలుడైన వ్యక్తిని గౌరవిస్తారు. ధననందుడు రాక్షస అమాత్యులను తప్ప మరెవరినీ ఆదరించలేదు. రాక్షసుడు విశ్వాసపాత్రుడు, సమర్థుడు అయిన అమాత్యుడు. కాముకుడు, వ్యసనపరుడు అయిన రాజుకు ఆయన వివేచనను, నిబద్ధతను గౌరవించక తప్పలేదు.
- మీ చుట్టూ వివేకులను చేర్చుకోండి. వివేచనాపరులను సంప్రదించటం రాజులకే అవసరమయితే, ఆ సంప్రదాయం మనకూ ప్రయోజనకారి అవుతుంది.
- మీరు చెప్పే మాటలకు నిబద్ధులై ఉండండి. చాణక్యులు ప్రతిరోజూ తన శిఖను చూసి తన ప్రతినను గుర్తుచేసికొనేవారు. అంతేకాక తన ప్రతిన నెరవేరటానికి ఆయన కృషి చేశారు.

అధ్యాయం 2

కుటుంబం ఆద్యం

ఆచార్య నీతి

మీ కుటుంబం మీకు ఎంత ముఖ్యం ?

ఒక వ్యక్తి జీవితంలో కుటుంబం ప్రాముఖ్యత చాణక్యులకు బాగా తెలుసు. వ్యక్తి కుటుంబానికి చెందినవాడు, కుటుంబం సమాజంలో భాగం, సమాజాలు కలిసి దేశం అవుతుంది. కనుక దేశనిర్మాణంలో ప్రతివ్యక్తి తోడ్పాటు ముఖ్యమయినదే. వ్యక్తి కుటుంబంలో ఒక భాగం కనుక దేశనిర్మాణంలో కుటుంబం సమాన ప్రాముఖ్యత వహిస్తుంది.

ఆచార్య కథ

తన ప్రపంచ దిగ్విజయ యాత్రలో అలెగ్జాండరు భారతదేశ పొలిమేరలను త్వరగానే చేరుకున్నాడు. అతని ఆగమనం ఎరిగి ఉన్న చాణక్యులు అతనితో పోరుకు సిద్ధంగా ఉండాలని కూడా ఎరిగి ఉన్నారు. అలెగ్జాండర్‌ను ఓడించటానికి ఆయన పన్నిన అనేక వ్యూహాలలో తన విద్యార్థులతో - స్త్రీ, పురుషులందరూ చేరిన సేనకూడిన సేన సృష్టించటం అత్యంత ప్రాముఖ్యమయిన వ్యూహం.

ఇందువల్ల చాలా ప్రయోజనాలు ఉన్నాయి. గురుశిష్య సంబంధం జీవితాంతం ఉండే గాఢ బంధం. ఒక వ్యక్తి తన ఊరు, యజమాని, ఉద్యోగం చేసే సంస్థ అన్నీ మార్చవచ్చు. కాని తన గురువుకు మాత్రం విధేయుడై ఉంటాడు. చాణక్యుల విద్యార్థి సేన ఆయనకు అంకితమయినది. ఆయన ఆంక్షలను. తు.చ. తప్పక పాటిస్తుంది.

అయినా తన విద్యార్థులు కుటుంబం ఒత్తిడికి లోనవుతారని ఆయనకు తెలుసు. నిష్ణాతుడయిన మనస్తత్వ శాస్త్రవేత్తగా ఆయనకు తన విద్యార్థులను గురించి, వారి కుటుంబాలను గురించీ పూర్తిగా అవగాహన ఉన్నది. కనుక తన విద్యార్థులను వారి వారి కుటుంబాల అనుమతి, ఆశీస్సుల తర్వాతనే తన దండులో చేర్చుకునేవారు.

ఒకసారి ఒక బాలుడు ఆ సేనలో చేరాలని ఉత్సాహపడ్డాడు. అలవాటు ప్రకారం గురువుగారు అతని తల్లి అనుమతి సంపాదించుకు రమ్మన్నారు. ఈసారి ఆ బాలుడితో బాటు ఆయన కూడా అతని ఇంటికి వస్తానన్నారు.

ఆ బాలుడు "ఆచార్యా మా ఇంటికి వచ్చి మా అమ్మను కలిసికొనటానికి మీకు స్వాగతం. కాని నేను సేనలో చేరటానికి ఆమె అనుమతి ఎందుకు? నా కుటుంబం ఒప్పుకున్నా ఒప్పుకోకపోయినా నేను సేనలో చేరటానికే నిశ్చయించు కున్నాను" అన్నాడు.

చాణక్యులు ఏమీ బదులు చెప్పలేదు. మాటల కంటె చేతలే ఆయన అస్త్రాలు.

ఆ విద్యార్థి ఇంటికి చేరిన తర్వాత ప్రతి ఒక్కరూ బిగుసుకుపోయి ఉన్నారని ఆయన గమనించారు. ఆ బాలుడు తను సేనలో చేరుతున్నట్టు చెప్పాడు. ఆ నిర్ణయం మంచిదా కాదా అన్న విషయంలో వారి సందిగ్ధం. గురువును చూసి పిల్లవాడి తల్లి కోపంతో మండిపోయింది. తన బిడ్డను ఆయనే చెడగొట్టారని ఆమె నమ్మిక.

"ఆచార్య చాణక్యా, మీ గురించీ, మీ వ్యూహాల గురించి విన్నాను. పసివాళ్లను ఆ జాతీయ భావాలతో ప్రభావితం చేయటం మీకు న్యాయమా! ఇప్పుడు మీరేదో సేన సమకూర్చుతున్నారు. నా బిడ్డ అందులో చేరుతానంటాడు. మీ ఉద్దేశం ఏమిటి? మీరేదో పనికిమాలిన యుద్ధాలు చేసి అందులో నా బిడ్డను మృత్యుముఖం లోకి పంపటమేనా ?

తల్లిగా ఆ స్త్రీ తన బిడ్డను కోల్పోవటం తలచుకొని హడలిపోతున్నది. ఆమె చివరకు మాటలు కరువు అయేంతవరకూ తన బాధ వెళ్లగక్కింది. ఆమె ఘోషించినంతసేపూ చాణక్యులు మౌనం పాటించారు. ఆయన ఏమాటా నోరు మెదపక పోయేసరికి ఆమె అయోమయంలో పడింది.

ఇప్పుడు చాణక్యులు అన్నారు. “పొరబాటున నేను వేరే ఇంటికి వచ్చినట్లున్నాను. మాతృత్వం అంటే ఎరుగని స్త్రీ మాట్లాడుతున్నట్లు ఉన్నది.”

తను సరయిన తల్లి కాదు అన్న సూచన ఆ స్త్రీకి ఆఘాతం అయింది. ఆమె ముఖకవళికలు గమనించి చాణక్యులు తన దాడి కొనసాగించారు. “ఒక తల్లిమీద అత్యాచారం జరుగుతుంటే, చూస్తూ నుంచున్న కొడుకు ఎటువంటి వాడు? సుపుత్రుడా ! మరి మాతృభూమిని శత్రువులు దాడిచేస్తుంటే, ఆమెను కాపాడకుండా మీ కుమారుడిని ఆపటం న్యాయమా !

ఈ నేలను మన పూర్వులు మాతృభూమి అన్నారు. ఆమె ఘనసంస్కృతికి పుట్టినిల్లు. మనలను పెంచి పోషించుతున్నది. ఇప్పుడు ఆమెకు రక్షణకావాలి. ఆమె సంతానమే ఆమె రక్ష, మీకు గాని, మీ కుమారునికి గాని ఇది అర్థం చేసికొనే పరిణతి లేదనుకుంటాను. మీ బిడ్డను మీ వద్దనే ఉంచుకోండి. నా సేనలో అతనికి స్థానం లేదు”.

ఆయన గుమ్మం వైపు వెళ్తుంటే కొడుకు “అలా ఎలా అనగలిగావు అమ్మా! నా గురువు నీ అనుమతి కోసం వచ్చారు. నువ్వేమో కాదంటున్నావు.”

అతను తన మాట పూర్తి చేసేలోగా అతని తల్లి తలుపు వద్దకు వెళ్ళి ‘ఆచార్యా ఆగండి. లోపలికి రండి. భోజనం చేసి నా కుమారుడిని మీతో బాటు తీసుకు వెళ్లండి” అన్నది.

చాణక్యులు దరహాసం చేసి అన్నారు. “మీరు అనుమతించకపోయినా అతన్ని తీసికొని వెళ్లేవాడినే, సేనలో చేరిన తర్వాత అతను పారిపోదలచుకుంటే,

తన ఇంటితో సహా అతనికి తలదాచుకునే చోటు ఉండదు. మీ కుమారుడికి ఆ విషయం తెలియపరచటానికే ఈ పనిచేశాను."

గురువు బోధ శిష్యుడికి అప్పుడు అర్థం అయింది. మీ నమ్మకాలకు మీ కుటుంబం సహకరించితే మీ కృషికి మీరు నూటికి నూరుపాళ్లు నిబద్ధులు కావచ్చు.

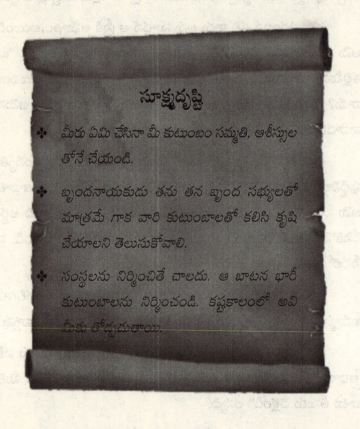

సూక్ష్మదృష్టి

* మీరు ఏమి చేసినా మీ కుటుంబం సమ్మతి, ఆశీస్సుల తోనే చేయండి.

* బృందనాయకుడు తను తన బృంద సభ్యులతో మాత్రమే గాక వారి కుటుంబాలతో కలిసి కృషి చేయాలని తెలుసుకోవాలి.

* సంస్థలను నిర్మించితే చాలదు. ఆ బాటన భారీ కుటుంబాలను నిర్మించండి. కష్టకాలంలో అవి మీకు తోడ్పడుతాయి.

అధ్యాయం 3

యుద్ధము - సహకారం

ఆచార్య నీతి

మానవ చరిత్రలో యుద్ధాలు జరుగుతూనే వచ్చాయి. ఆ యుద్ధాలు ఒంటరి పోరాటాలు కావనేది ఆసక్తికరమైన విషయం. అలా జరుగ కూడదు కూడా. మీరు ఒంటరిగా పోరాడినపుడు మీవ్యూహం, మీ సేనతోనే పోరాడుతారు. ఇతరుల సహకారంతో పోరాడితే మీరు విభిన్న వ్యూహాలు పెద్ద సేనల బలంతో పోరాడవచ్చు.

ఉదాహరణకు పాండవ, కౌరవుల నడుమ జరిగిన మహాభారత యుద్ధం గమనించండి. పాండవులను బలపరచటానికి అనేకమంది రాజులు వస్తే, కౌరవులను బలపరచటానికి మరి అనేకులు వచ్చారు. చాణక్యుల అర్థశాస్త్ర ప్రకారం ఈ బలవర్ధకులను మిత్రులనీ లేదా సహాకారులనీ అంటారు.

ఆచార్య కథ

తన సేన ఒకటే సమకూర్చితే చాలదని చాణక్యులకు తెలుసు. అలెగ్జాండరును జయించటానికి ఇతర రాజులు, వారి సైన్యాల సహకారం అవసరం ఆయనకు. ధననందుడు ఆయనకు సహాయ సహకారాలు అందించక పోయినా, ఆయన ఇతర రాజుల సహాయం అడగటం ఆపలేదు.

ఆ సమయంలో భారతావని పదహారు ప్రాంతీయ రాజ్యాలుగా విడివడి ఉన్నది. అందరూ ఎవరికి వారే ఒక్కొక్కరుగా విడిపోయి ఉన్నారు. దేశానికి విరోధిని ఎదిరించటానికి వారందరినీ ఏకం చేయటం ఆయన దౌత్య ధర్మం

అయింది. ఆయన 16 గురు రాజులనూ ఒక్కరొకరినీ కలిసి సహాయం అర్థించారు. ధననందుడి వంటి రాజులు ఆయనకు సహాయం నిరాకరించటమే గాక ఆయన ధ్యేయాన్ని హేళన చేశారు. కొందరు ఆయనను అవమానపరిచి పంపివేశారు. మరికొందరు సున్నితంగా నిరాకరించారు.

ఆయన ప్రచారం చేసిన జాతీయ భావం వారికి ఎవరికీ తలకెక్కలేదు. అలెగ్జాండరు వంటి విశ్వవిజేతను ఎదిరించి నిలవటం వారందరికీ నిరర్థకంగా తోచింది. అయినా చాణక్యులు పట్టు విడువలేదు. మగధరాజ్యం కాక అంతకంటె బలవత్తరములైన కైకెయి, కురు, మాళవ రాజ్యాలను, సహాయం అర్థించారు. అలెగ్జాండరు దాడి వారి సమస్యకాదని – ఆయన సైన్యాలు తమ రాజ్యాల నుంచి బహూదూరాన ఉన్నవి – వారి భావం. అందుచేత వారి ప్రతిస్పందన అంటీముట్టకుండా ఉన్నది.

అప్పుడు చాణక్యులు మరోమార్గం నిశ్చయించారు. ఉపాధ్యాయులుగా ఆయన ఉపన్యాసాలు, ప్రవచనాలు, చర్చలలో విరివిగా పాల్గొనేవారు. వీటి సాయంతో ఇతర రాజ్యాలలోని ఆచార్యులను ప్రభావితులను చేయాలని ఆయన పథకం. 'కురు' రాజ్యంలో 'రాజకీయవిజ్ఞానం' బోధించే మిత్రులు ఒకరితో ఆయన సంభాషించారు.

"నాకోసం ఒక బహిరంగ ప్రసంగం ఏర్పాటు చేయకూడదా!" అని అడిగారు ఆయన.

"అద్భుతమైన ఆలోచన చాణక్య ! అర్థశాస్త్రంలో నిన్ను మించినవారు ఎవరున్నారు? మీరు ప్రసంగించుతున్నారని తెలిస్తే రాజ్యమే కదలి వస్తుంది. మీ ప్రసంగం అంటే అంత అభిమానం ప్రజానీకానికి. మా విశ్వవిద్యాలయంలో మీ ప్రసంగం తప్పక ఏర్పాటు చేస్తాను."

చాణక్యులు విచార స్వరంలో "నా ప్రసంగం విద్యావంతులను

ప్రభావితులను చేయవచ్చు. కాని ఒక జాతీయ సమస్యకు రాజులను ప్రేరేపించ లేకున్నాను".

చాణక్యుల మనోభావం తెలుసుకొనాలని ఆ మిత్రులు ఉత్సుకత చూపారు. అలెగ్జాండరును ఎదిరించటానికి రాజుల సహాయ నిరాకరణం ఆయన ఏకరువు పెట్టారు.

"ఈ రాజులను ఒప్పించటానికి నేను వేరు దారి పట్టాలి - జ్ఞానమార్గం. అది నా రంగభూమి. నా ప్రయోజనం కోసం దానిని వినియోగిస్తాను"

ఆ మిత్రులు అయోమయంలో పడి, ఆయనను వివరించుమన్నారు. చాణక్యులు తన వ్యూహం వివరించారు. "ప్రసంగించటానికి నేను మీ విశ్వవిద్యాలయానికి వచ్చినపుడు మీ రాజు కూడా హాజరయ్యేట్లు చూడు."

"అది సమస్యే కాదు. ఆయన మీ ప్రసంగానికి హాజరు కావటమే కాదు మిమ్మల్ని కానుకలతో, పురస్కారాలతో సత్కరించుతారు.

"మీ రాజు కానుకలు కాదు నాకు కావలసింది ఆయన ప్రత్యక్షత, వివేకం అవసరం. నా ప్రసంగంలో నా ఉద్దేశ్యం అన్యాపదేశంగా వివరిస్తాను. ఆయన వివేకి అయితే అర్థం చేసుకుంటారు."

చాణక్యుల ప్రసంగం వినటానికి ఆనాడు జనం విపరీతంగా తరలి వచ్చారు. ఆయన ప్రసంగం వినటానికి అందరూ ఆతృతతో వేచి ఉన్నారు. రాజు ఉత్తములు, విద్యాంసులను గౌరవించుతారు. విశ్వవిద్యాలయం వద్ద చాణక్యులకు ఆయన స్వయంగా స్వాగతం పలికి ఆదరించారు. ఆ తర్వాత దేశ పునర్నిర్మాణం విశదీకరించుతూ చాణక్యులు సుదీర్ఘంగా ప్రసంగించారు.

"జాతీయ లక్ష్యాలు సాధించాలంటే మనం అందరమూ చేతులు కలపాలి. విదేశీయుడు మనదేశం మీదికి దండెత్తుతుంటే, ప్రాంతీయవాదం అసమంజసం. మనమంతా ఏకమై పోరాడాలి. శిరసుకు అపాయం కలిగితే చేతులు అడ్డుపడుతాయా లేదా?"

చాణక్యుల వాదం రాజుకు నచ్చింది. నిజానికి శ్రోతలు అంతా ఆ ప్రసంగానికి మంత్రముగ్ధులైనారు ఒక ఉపాధ్యాయులు "యుద్ధంలో సహకారం ఎందుకు అత్యవసరం అవుతుంది?" అని అడిగారు.

చాణక్యుల ఉదాత్త సమాధానం.

"ఐకమత్యంతో మనం జయిస్తాం."

ఆయన ఇంకా "నా మటుకు నాకు యుద్ధం గెలవటం ఒక అంశం మాత్రమే. అంతకు మించి రాజునూ, ప్రజలనూ జాతీయవాదం గురించి విద్యావంతులను చేయటం నా అభిమతం. దేశభక్తి లేనిదే ఏ యుద్ధమూ జయించలేము. ఏ యుద్ధం జయించటానికైనా అదే ముఖ్య ఆయుధం" అన్నారు.

చాణక్యుల ఆలోచన : నేను వారి ఆస్థానానికి వెళ్తే రాజులు నేను చెప్పేది వినరు. కాని వారిని నా రంగభూమికి - విశ్వవిద్యాలయాలు - ఆహ్వానించితే వారు వింటారు, ఒప్పుకుంటారు. అంతే, ఆయన దేశవ్యాప్తంగా గురుకులాలు, విశ్వవిద్యాలయాల ద్వారా వివిధ శక్తులను సంచలింప జేశారు. ఆచార్యులు ఏ రాజునైనా ప్రభావితులను చేయగలరని ఆయన తెలుసుకున్నారు.

చాణక్యులు తమ లక్ష్యం సాధించారు. అలెగ్జాండరును ఎదిరించి పోరాడటానికి ఆయనకు రాజసహకారం దొరికింది. ఇదే వ్యూహాన్ని ఇతర రాజుల మీద కూడా ప్రయోగించి అన్ని చోట్లా అన్ని వేళలా అది పనిచేస్తుందని కనుగొన్నారు.

ఆయన పసిడి పలుకులు : "సహకారంతో మనం యుద్ధం సదా జయిస్తాం. పోటీపడి మాత్రం కాదు."

సూక్ష్మదృష్టి

❖ ఏ యుద్ధంలోనైనా సహకారులు చాల ముఖ్యం. సహకారులు ఎంత ఎక్కువమంది ఉంటే యుద్ధం గెలిచే అవకాశాలు అంత మెరుగు పడుతాయి.

❖ ఎవరో ఒకరు మీకు సహాయం నిరాకరించినంత మాత్రాన మీ ప్రయత్నం విడువకండి. ఇతరులను ప్రయత్నించండి. ఈ పోరాటాన్ని మించిన బృహత్తర లక్ష్యం వారి మనసులలో నాటండి.

❖ మీ సహాయకులు వారి స్వస్థానంలో ఒప్పుకపోతే వారిని మీ స్వస్థానానికి ఆహ్వానించండి. అక్కడ వారిని ఒప్పించే అవకాశాలు మెరుగవుతాయి.

అధ్యాయం 4

బలహీనమైన లంకె

ఆచార్య నీతి

వ్యూహాన్ని పథకపరచటానికి మేనేజ్‌మెంట్ అనుభవజ్ఞులు వినియోగించే పరికరం SWOT విశ్లేషణ. ఇందులో

S - Strengths (బలములు)

W - Weaknesses (బలహీనతలు)

O - Opportunities (అవకాశములు)

T - Threats (భయాలు)

ఒక సంస్థ కొత్త ఉత్పాదన లేదా సేవను విపణివీధిలోకి విడుదల చేయదలచినపుడు ఆ సంస్థ తనను గురించీ, తన పోటీదారులను గురించి, పరిశ్రమ పరిస్థితి గురించి ఈ విశ్లేషణ జరుపుతుంది.

సఫలత సాధించాలంటే ఎవరైనా తమ బలాబలాలు తెలిసి ఉండాలి. దానికి తోడు అందికలో ఉన్న అవకాశాలను పరిశీలించి, రాగల అడ్డంకులను అపాయాలను గమనించి తగిన పథకం తయారు చేసుకోవాలి.

వ్యూహారచనలో సిద్ధహస్తులుగా, తన పరిస్థితులను, పరిసరాలను అవగాహన చేసికొనటానికి చాణక్యులు కూడా అటువంటి 'ఆలోచనా పరికరాలను' వినియోగించారు.

ఆచార్య కథ

చాణక్యులు తమ శత్రువుల బలాబలాలను తెలిసికొని ఉండటంలో చాల అప్రమత్తులై ఉండేవారు. సదా యుద్ధసన్నద్ధులై శత్రువును జయించటానికి ఆయన అతి ముఖ్యమయిన సూత్రాన్ని ఎరిగి ఉన్నారు.

ఇనుప గొలుసులో కూడా ఒక బలహీనమయిన లంకె ఉంటుంది.

ఈ విషయం ఘనుడయిన అలెగ్జాండర్ పట్ల కూడా తథ్యమేనని చాణక్యులు చెప్పినపుడు చంద్రగుప్తుడు ఆయన అధికారులు ఆశ్చర్యచకితు లయినారు. అలెగ్జాండర్ దృఢనిశ్చయంగల బలవంతుడయిన నాయకుడవటంతో బాటు అతను వయసులో చిన్నవాడు, క్రియాశీలుడు. మాసిడోనియా నించి విజయయాత్ర జరుపుతూ ఆయన అప్పటికే సగం ప్రపంచాన్ని జయించాడు. ఇప్పుడు భారతదేశం మీద ఆయన కన్నుపడింది.

ఆయన ఎక్కడికి వెళ్లినా ఎదిరిసేనలు పేకమేడల వలె కూలిపోయేవి. అలెగ్జాండరు వస్తున్నాడన్న వార్త వింటేనే ప్రతివారి వెన్నులోను వణుకు మొదలయ్యేది. దానికి తోడు ఆయన ఈ ప్రపంచాన్ని ఏలటానికే జన్మించాడన్న ప్రశస్తి ఆయన చుట్టూ ఉండేది.

ఆచార్య చాణక్యులు అలెగ్జాండరు బలాలను పునరావలోకనం చేశారు. చాలా ఉన్నవి. కొన్ని ఉధృతం విస్తారము అయిన సేన, ప్రాణఘాతక ఆయుధాలు, (భారత ఆయుధాల కంటె బహుధా భిన్నమయినవి), ఒకే దాడిలో అధికాధిక సంఖ్యలో సైనికులను మట్టుపెట్టడం.

ఇదంతా తెలిసి ప్రతి ఒక్కరు భయభ్రాంతులవుతుంటే చాణక్యులు మాత్రం నిమ్మకు నీరెత్తినట్లు నింపాదిగా ఉన్నారు. "చింతించకండి. ఆయన బలాలు పరిశీలించితే ఆయన బలహీనమైన లంకె ఏదో తెలిసిపోతుంది. యుద్ధాలు రణరంగంలో కాదు మన మేధలో జరుగుతవి."

అతి విస్తారమయిన సైన్యమే అలెగ్జాండర్ అతి ప్రబలశక్తి. చాణక్యులు ఈ సేన ఎలా పనిచేస్తుందో తెలుసుకో కోరారు. ఆయన 'విషకన్య' పేరుతో ఒక స్త్రీ గూఢచారి సంస్థ నెలకొల్పారు. యుద్ధ విశారదలు, వివేకవంతులు అయిన ఈ సుందరీమణుల కర్తవ్యం తేనె సోనల మాటువేసి శతృసమాచారం సేకరించడమే అదీ శతృవునించే. ప్రస్తుతం చాణక్యుల వారికి ఒక విషకన్య కావాలి.

"స్త్రీ మనసును దేవుడు కూడా కనుక్కోలే" డనేది ప్రఖ్యాత సూక్తి. మానవ మనస్తత్వాన్ని పురుషులకంటే స్త్రీలు మిన్నగా అర్థం చేసికొనగలరు అని చాణక్యుల అవగాహన. తమ విశ్లేషణతో పురుషులు సాధించలేని దానిని స్త్రీలు తమ భావోద్వేగాలతో సాధించగలరు.

ఆయన వారిలో ఒకరిని ఎంచి "అలెగ్జాండరు శిబిరంలో ప్రవేశించి వారి పథకం తెలిసికొని రావటమే నీ కర్తవ్యం" అన్నారు.

"ఆజ్ఞ ఆచార్యా!" సగౌరవంగా శిరసు వంచి దరహాసం చేసింది ఆమె.

"నీ శక్తియుక్తులు నేనెరుగుదును. కాని వారు నమ్మతగనివారు. తస్మాత్ జాగ్రత్త" ఆయన హెచ్చరిక.

"చింతించకండి. నేను సమాచారం కాదు. శతృవు మనసులో ఏముందో తెలిసికొని మరీ వస్తాను".

ఆ విషకన్య కొన్నిరోజుల తర్వాత తిరిగి వచ్చినపుడు ఆమె క్షేమంగా తిరిగిరావటం చూసి చాణక్యులు సంతోషపడ్డారు. అదే క్షణాన ఆమె భయపడుతున్నదని కూడా ఆయన గమనించారు.

"ఏమయింది ? ఏమన్నా సమస్య ఎదురయిందా?"

"ఆచార్యా వ్యక్తిగతంగా నాకేమీ హాని కలుగలేదు. కాని మన దేశానికే ముప్పు వాటిల్ల బోతున్నదని నా భయం. వారి సేన అపారం, అనూహ్యం. నేను అటువంటి మనుష్యులను గురించి కని, విని ఎరుగను. వారు

ఆజానుబాహులు, దృఢకాయులు, మహాకాయులేకాక మహాదృఢమనస్కులు. వారి నాయకుడు ఏది చేయుమన్నా వారు వెనుకాడరు. వారి వద్ద మహోత్తమ ఆయుధసామగ్రితో బాటు 'విజయమో వీరమరణమో' నన్న శౌర్యం కూడా ఉన్నది. మన పరాజయం తథ్యం."

కాని ఆచార్యులు ఆమె భయోద్వేగాలకు విచలితులు కాలేదు. చలించక ఆయన "ఈ పురుషుల్లో నువ్వు ఇంకా ఏమి గమనించావు?" అడిగారు. స్త్రీలు నోటితో చెప్పని భాషను బాగా అర్థం చేసికోగలరని ఆయనకు తెలుసు.

ఒక విరామం తర్వాత ఆమె "వారు నావైపు చూసినపుడు నాకు హడలు పుట్టింది. కాని వారు మెత్తబడినట్లు గ్రహించాను. నా భద్రతను గూర్చి నేను జడిసి ఉండటంతో వారి స్పందనలో భావం గ్రహించలేకపోయినాను."

అది వినగానే చాణక్యులు బిగ్గరగా నవ్వారు. "ధన్యవాదం, నీ కర్తవ్యం నెరవేర్చావు. ఇక నా వ్యూహం".

విషకన్య అయోమయంగా చూసింది చాణక్యులు వివరించారు.

"వీరంతా బహూకాలంగా తమ కుటుంబాలకు దూరంగా ఉన్నారు. అంతేగాక ఎడతెగని భీభత్సపోరాటాలతో వారు ప్రేమ, అనురాగం వంటి సున్నిత భావావేశాలకు బహూదూరం అయ్యారు. నిన్ను చూసినపుడు వారికి వారి కుటుంబాలు, కుమార్తెలు మనసులో మెదిలారు. వారిలో అనుకంప తిరిగి ఊపిరి పోసుకోవటానికి నువ్వే కారణం.

అప్పుడు వారేం చేయాలో విషకన్యకు బాగా అవగతం అయింది. "అతి బలమైన గొలుసులో కూడా బలహీనపు లంకె ఉంటుంది." మహావ్యూహ రచయిత అయిన చాణక్యులు అలెగ్జాండర్ సేన భావోద్వేగాలను రెచ్చగొట్టటానికి ఇంకా అనేకమంది విషకన్యలను వినియోగించారు. వారి దృఢ నిశ్చయం సడలి కామవాంఛలకు లోనయినారు, ఆ తర్వాత పరాజితులయినారు.

సూక్ష్మదృష్టి

* ప్రత్యర్థి బలశాలి, వస్తుసంపన్నులు, దృఢ సంకల్పులు కావచ్చు. వారెంత సన్నద్ధులై ఉన్నా ఎక్కడో ఒక బలహీనపు లంకె ఉండి తీరుతుంది.

* మనుష్యుల భావావేశాలను స్త్రీలు ప్రగాఢంగా అర్థం చేసుకోగలరు. తమ ప్రత్యామ్నాయ ఆలోచనతో ఎదుటివారి ఆలోచనలను పసిగట్టగల శక్తితో మిమ్ములను చకితులను చేయగలరు.

* శత్రువు కోసం కాచుకొని ఉండటం మాని మీ వ్యూహంతో వారిని చకితులను చేయండి.

అధ్యాయం 5

ఏకైక వ్యక్తి శక్తి

ఆచార్య నీతి

అనేకమంది చేతులు కలిపితేనే పెద్దమార్పులు సాధ్యమని సాధారణ భావన. కాని చాల పర్యాయాలు మార్పులు ఒక వ్యక్తితో మొదలై, చిన్నమార్పులుగా జరిగి తర్వాత పెద్దమార్పులుగా ఎదుగుతాయి.

"ఒక వ్యక్తి ఏం చేయగలడు ? ఒంటరిగా పెద్ద మార్పులు ఎలా తేగలడు? అసాధ్యమనిపిస్తుంది" ఒక శిష్యుడు గురువుతో అన్నాడు ఒకసారి.

గురువుగారు నవ్వి అన్నారు. "ఆ మాట కొస్తే చేసేది నిజానికి ఒకరే; మిగతావారు కేవలం అనుసరిస్తారు."

మొదట్లో అది అసాధ్యం అనిపించుతుంది. కాని అంతా చొరవచేసి ముందడుగు వేసే వ్యక్తిమీదనే ఆధారపడి ఉంటుంది. అతని నిరవధిక కృషి, సామూహిక శక్తి, దైవకృపలతో ఆ ప్రయత్నం సఫలం అవుతుంది.

ఒక వ్యక్తిగా ఒంటరిగా ఏమి సాధించగలడు అనటానికి చాణక్యుల జీవితం చారిత్రక దృష్టాంతం. ఆయన తన మేధాశక్తి, సాహసాలను జోడించి ఒక వందమంది కలిసి సాధించలేని అనేక విషయాలను ఏకకాలంలో సాధించారు.

ఆచార్య కథ

చాణక్యులు తొలిసారిగా ఒక జాతి నిర్మాణం తలపెట్టినపుడు ఆయన వద్ద – ఆధరువులు, సేన, ఎవరి సహాయ సహకారాలు ఏమీ లేవు. అయినా కూడా బహుశ ఈ విశాల విశ్వంలో ఘనతమ విజేతను జయించగలిగారు.

ఆలోచించండి – చాణక్యులకు ఒకే సమయాన రెండు సమస్యలు ఎదురయినాయి. ఇంటా, బయటా.

ప్రపంచాన్ని జయించాలని బయటి నుంచి వస్తున్న అలెగ్జాండరును జయించాలి. ఆయన అది సాధించటమే గాక అలెగ్జాండరు మరెన్నడూ తిరిగి రాకుండా చేశారు.

ఇంట – ఆయన ఎదుట 16 ప్రాంతీయరాజ్యాలు. ఒక దానితో ఒకటి పోరాడుతున్నాయి. ఆయన వారిని ఒక తాటిమీదికి తెచ్చి, ధననందుడిని గద్దె దించి చంద్రగుప్తుడిని భారతదేశ సార్వభౌముడుగా పట్టాభిషిక్తుడిని చేయాలి. అలెగ్జాండరు రంగం నిష్క్రమించాడు గనుక మంచినాయకుడి సత్పరిపాలనతో నవభారత నిర్మాణం జరగాలి.

చాణక్యులు చంద్రగుప్తుడిని భారతసామ్రాజ్య సార్వభౌములుగా ప్రకటన చేశారన్న వార్త దేశమంతటా కార్చిచ్చులా పాకిపోయింది. ఆయన సాఫల్యాన్ని రాజులు, ప్రజానీకమే గాక విశ్వవిద్యాలయాలలోని ఆచార్యులు, విద్వాంసులు సాదరంగా మెచ్చుకున్నారు.

ఆయన సఫలత వెనుకనే మరొక విశ్వవిద్యాలయంనించి ఒక రాజనీతి ఆచార్యులు చాణక్యులను కలిసి కొనటానికి వచ్చారు. తక్షశిల విద్యాలయంలో ఆయన చాణక్యుల సహపాఠి. ఇద్దరూ మంచి స్నేహితులు.

"విష్ణూ!" చాణక్యులను అసలు పేరున పిలుస్తూ "ఎలా సాధించావయ్యా ఇదంతా?" అడిగాడు.

"తక్షశిలలో విద్యార్థులు, ఆచార్యులు నీ మేధాశక్తిని సదా శ్లాఘించేవారు. నువ్వు అనుక్షణం ఏదో ఒకటి ఆలోచించుతుండేవాడివని మాలో ప్రతి ఒక్కరికీ తెలుసు." ఆయన నవ్వుతూ అన్నారు. "అయినా కూడా అలెగ్జాండరును, ధననందుడినీ ఏకకాలంలో జయించటం, అందులోనూ చంద్రగుప్తుడి వంటి యువనేత సాయంతో ... అంతా నమ్మశక్యం గాకుండా ఉన్నది."

తన బాల్యమిత్రుడు తన మీద కురిపించుతున్న పొగడ్తలను చాణక్యులు నిర్వికారంగా వింటున్నారు.

"విష్ణు ! కుటిలనీతి వరేణ్యా, ఇవాళ నిను నేను వదలను. నీ విజయ రహస్యం నేను తెలుసుకోవాలి. నువ్వు సొంతం చెప్పేవరకు నిన్ను వదలను".

ఆయన స్నేహితులు అలా మాట్లాడుతూనే ఉన్నారు. చాణక్యులు చలించలేదు. హఠాత్తుగా ఆయన మిత్రుల మాటలు చాణక్యుల అంతరాంతరాలను కదిలించినవి.

"విష్ణు, నువ్వూ నేను స్నేహితులం మాత్రమే కాదు. ఉపాధ్యాయులం కూడా. మన జ్ఞానాన్నీ, అనుభవాన్నీ తరువాతి తరంవారికి అందజేయవలసిన బాధ్యత మనది. అప్పుడే గురుకులాన్ని తలచి గర్వించగల తరాన్ని సృష్టించటం సాధ్యం అవుతుంది. సిద్ధాంతాన్ని ఆచరణలోకి తీసికొని రాగల నీవంటి ఆచార్యులు అరుదు. నన్ను చూడు. నేను మంచి ఉపన్యాసాలు ఇచ్చి నా జ్ఞానంతో విద్యార్థులను మెప్పించగలను. ఇతరుల సిద్ధాంతాలను అప్పచెప్పటం మించి నేనేమీ చేయలేను."

నువ్వు చెప్పకపోతే సిద్ధాంతానికి ఆచరణకు మధ్య ఉన్న ఆగడ్త, నాకు ఎలా తెలుస్తుంది. విజయం సాధించటానికీ, అందుకోసం కలలు గనటానికి మధ్యగల దూరం...."

ఆచార్య చాణక్యులు ఎట్టకేలకుల తమ మౌనం త్యజించారు. "విజయానికి ఏకైక పథకం, వ్యూహం అంటూ ఏమీ లేదు. ఎదుటివ్యక్తినీ, పరిస్థితినీ అనుసరించి ఏకకాలంలో అమలుపరచవలసిన వ్యూహాలు బహుళంగా ఉంటాయి."

ఆయన మిత్రులలో ఉత్సుకత పెరిగింది. "బహు వ్యూహాలు ఏకకాలంలో అమలుపరచటానికి నీ సూత్రం ఏమిటి?"

"సామ, దాన, భేద, దండ" చాణక్యులు అన్నారు.

"మరికొంత వివరంగా చెప్తావా విష్ణు!"

"సమస్యా పరిష్కారానికి నాలుగు మార్గాలు ఉన్నవి.

పరిస్థితులు సరళంగా ఉండి, కేవలం సుహృద్భావ చర్చలతోనే సమస్యలు పరిష్కారం అయ్యే సమయాలు ఉంటాయి. అప్పుడు ఎవరిమీదా దాడి చేయవలసిన అవసరం ఉండదు. మీ ప్రత్యర్థి తెలివైనవారైతే మీ తర్కం అర్థం చేసికొని మీతో చేయి కలుపుతారు. ఇది సామం.

చాణక్యులు చెప్పసాగారు. "సాధారణంగా మానవుడు స్వార్థ జీవి. వారు ప్రతివిషయంలోనూ స్వప్రయోజనం కోసం వెతుకుతుంటారు. మీరు మీ లక్ష్యం సాధించదలచుకుంటే ఎదుటివారి అవసర మేమిటో- తెలిసికోండి. అప్పుడు వారు వద్దనలేని ఒక ఆకర్షణ చూపండి. అది దానం.

ఈ సాధుమార్గాలు పనిచేయకపోతే, మీ ప్రత్యర్థి పట్టువదలకపోతే, మీరు మాత్రం పట్టువిడువకండి ప్రత్యర్థిని తంత్రంతో చిత్తుచేయండి. విభేదించి పాలించు అనే పథకం ప్రయోగించండి. వారి మధ్య విభేదాలు, కలతలు సృష్టించండి. ఇది భేద."

చెబుతున్న చాణక్యులు ప్రమాదకారులుగా తోచారు.

"ఇది కూడా సఫలం కాకపోతే ప్రత్యర్థిని శిక్షించవలసిన అగత్యం కలుగవచ్చు. ఇదంతా కూడా విఫలం అయితే అంతిమ శిక్ష విధించక తప్పదు. ప్రత్యర్థిని పూర్తిగా శాశ్వతంగా రూపుమాపాలి. ఇది దండ."

ఆ తర్వాత చాణక్యులు కొన్ని క్షణాలు మౌనం వహించారు. ఆయన తన మిత్రుడి కళ్లలోకి సూటిగా చూసి మృదువుగా అన్నారు. "ఇదంతా మనం చేసేది ఉన్నత లక్ష్యానికి, ఆధ్యాత్మిక లక్ష్యానికి, లేకపోతే మీరు స్వార్థపరులై అధికారాన్ని దుర్వినియోగం చేస్తారు."

ఆయన మిత్రులు చాణక్యుల పట్ల అత్యంత ఆదరభావం కలవారు. “విష్ణూ నిన్ను బహు కొద్ది మంది మాత్రమే అర్థం చేసుకోగలరు. అపార్థం చేసికొనే వారు అపారం. ఒక వ్యక్తి మేధ ఏమి సాధించగలదో నాకు ఇప్పుడు అర్థం అయింది.”

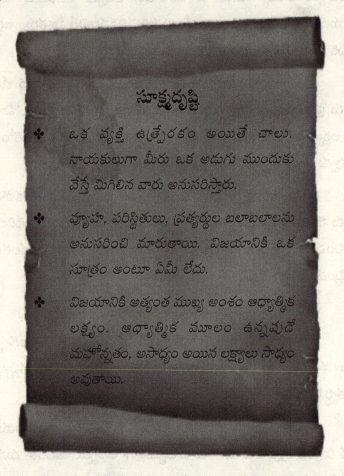

సూక్ష్మదృష్టి

- ఒక వ్యక్తి ఉత్ప్రేరకం అయితే చాలు. నాయకులుగా మీరు ఒక అడుగు ముందుకు వేస్తే మిగిలిన వారు అనుసరిస్తారు.
- వ్యూహ, పరిస్థితులు, ప్రత్యర్థుల బలాబలాలను అనుసరించి మారుతాయి. విజయానికి ఒక సూత్రం అంటూ ఏమీ లేదు.
- విజయానికి అత్యంత ముఖ్య అంశం ఆధ్యాత్మిక లక్ష్యం. ఆధ్యాత్మిక మూలం ఉన్నపుడే మహోన్నతం, అసాధ్యం అయిన లక్ష్యాలు సాధ్యం అవుతాయి.

అధ్యాయం 6

ఆదర్శ విద్యార్థి - అన్వేషణ

ఆచార్య నీతి

ప్రతి విద్యార్థి ఆదర్శ ఉపాధ్యాయుడి కోసం వెతికినట్లే, ప్రతి ఉపాధ్యాయుడు ఆదర్శ విద్యార్థి అన్వేషణలో ఉంటారు. భగవద్గీతలో చివరి శ్లోకం అంటుంది.

ఎక్కడైతే కృష్ణపరమాత్మ ఆయన శిష్యుడు సమర్థుడయిన అర్జునుడు ఉంటారో అక్కడ సౌందర్యము, ధర్మము, మహోత్తమశక్తి, దుర్మార్గంపై విజయము తథ్యం.

ఈ పదాలతో ఎప్పుడయితే ఆదర్శగురువు (కృష్ణుడు) ఆదర్శ విద్యార్థిని కలుసుకుంటారో అక్కడ విజయము, ఆనందము తథ్యం. వారి కలయిక ఇద్దరినీ మార్చివేసే మాయాజాలం వంటిది.

ఆచార్య కథ

చాణక్యుల కాలంలో మగధరాజ్యం భారతదేశంలో అత్యంత మహాసామ్రాజ్యం. నందవంశములో తొమ్మిదవ రాజు ధననందుడు మగధరాజు. ఆయన బాధ్యతా రహితుడు. స్వార్థపరుడు. తన అమాత్యుల సలహా పెడచెవిన పెట్టి తన వ్యసనాలలో లోలుడై ఉండేవాడు.

ఒకసారి ధననందుడి ఆస్థానంలో తత్త్వశాస్త్ర గోష్ఠి జరుగుతుండగా ధననందుడి అగౌరవ వైఖరి గమనించిన చాణక్యులు అక్కడి నించి నిష్క్రమించాలని నిర్ణయించుకున్నారు. అది తన సింహాసనానికి అవమానంగా పరిగణించి ధననందుడు ఆయనను రాజభవనం నించి బహిష్కరించాడు. అవమానంతో ఆగ్రహించి, అహంకారి అయిన ఆ రాజును రాజ్యభ్రష్టుడిని చేసి, అర్హుడైన వ్యక్తిని ఆ సింహాసనం ఎక్కించటానికి చాణక్యులు ప్రతిన పూనారు.

కాని ఆ ఆదర్శ రాజు ఎవరు ?

ఆనాటి తక్షశిల విశ్వవిద్యాలయంలో అర్థశాస్త్ర (రాజనీతి, పరిపాలన) గురువుగా ఆయన వద్ద వివేకులు, వనరులు గలవారు అనేకమంది శిష్యులు ఉండేవారు. వారిలో ఎవరూ రాజయ్యే శక్తిగలవారు కారు.నిరాశ చెందక ఆయన తన అన్వేషణ కొనసాగించారు.

ఒకనాడు ఆటలాడుతున్న బాలకులను చూసినపుడు ఆయన అన్వేషణ ముగిసింది. పిల్లలను వారి పాటికి వారిని వదలి వేస్తే, వారిని గమనించినపుడు వారి వైఖరి, సామూహిక కృషి, సహకారం, నిర్ణయాలు చేసే శక్తి, నాయక లక్షణాలు గ్రహించటం సాధ్యం.

కనుక ఆయన ఆ బృందాన్ని నిశితంగా గమనించారు. వారు రాజాస్థానం దృశ్యం నడుపుతున్నారు. రాజు తన మంత్రులతో సభతీర్చి సామాన్యుల గోడు వింటున్నాడు.

మంత్రిమండలి ప్రజల కష్టాలను రాజుకు వివరించారు. రాజు తన తీర్పు తెలియజేస్తారు. తీర్పు చెప్పటం అంటే సునిశితమైన విశ్లేషణ, పరిస్థితిని అర్థం చేసికోగల పటిమ, వ్యక్తిని,సమస్యను విడదీసి చూడగల శక్తికావాలి.

పాలకుడు దయాధర్మం కలిగి ఉండటంతో బాటు బలవంతుడు, స్థిరబుద్ధి అయి ఉండాలి. ఆయన దృఢంగా ఉండి నిష్పక్షపాతి అయి ఉండాలి. న్యాయమూర్తి న్యాయం తెలిసి ఉండాలి కాని, న్యాయసమ్మతమైన తీర్పు నివ్వటానికి, శాస్త్రానికి బందీకాకూడదు. రాజు పాత్రధారి ఈ లక్షణాలన్నీ ప్రదర్శించి చాణక్యులను ముగ్ధులను చేశాడు. వారి ఆటను అవలోకించుతూ ఆయన ఆనందించుచున్నారు.

ఆమాత్య పాత్రలో ఉన్న చిన్నారి "మహారాజా, ఇది కర్మాగారంలో శ్రామికుడి వ్యవహారం అతను తన పని పూర్తి చేయకుండానే పూర్తిజీతం అడుగుతున్నారు.

రాజు వాదిని ప్రశ్నించాడు. "పని పూర్తి చేయకుండానే పూర్తి వేతనం ఎలా అడుగుతున్నావు. న్యాయప్రకారం చేసిన పనికే గదా వేతనం ఇవ్వవలసింది.

శ్రామికుడి జవాబు. "మహారాజా ! ఈ వస్త్రాల కర్మాగారంలో నేను చాల సంవత్సరాలుగా పనిచేస్తున్నాను. మా కుటుంబానికి నేనొక్కడినే జీవనాధారం. నా తల్లిదండ్రులు, భార్య, బిడ్డలు నా జీతం మీద ఆధారపడి బతుకుతున్నారు. ఇటీవల నేను అనారోగ్యం పాలై ఒక వారం పనికి వెళ్లలేకపోయినాను. తిరిగి పనిలో చేరినపుడు నా జీతం అడిగాను. నాకుటుంబానికి డబ్బు అవసరం. కాని మా యజమాని నా విన్నపాన్ని మన్నించలేదు."

కర్మాగారం యజమానిని పిలిపించారు. రాజు అతనిని సంజాయిషీ అడిగారు. అతని కథనం "మహారాజా, ఆ వ్యక్తి జబ్బునించి కోలుకొని తిరిగి వచ్చి పనిలో చేరేవరకు కాచుకు కూర్చునే వ్యధి లేదు. గడువు లోపల ఆ పని పూర్తిచేయటానికి నేను మరొకరిని నియోగించవలసి వచ్చింది. ఇప్పుడు ఆ పని పూర్తి చేయకుండానే ఇతనికి జీతం ఎలా ఇవ్వను?"

ఆ కార్మికుడు కన్నీళ్ల పర్యంతం అయినాడు. "మహారాజా ! నా మీద దయ తలచండి. ఈ కర్మాగారంలో నేను ఏళ్ల తరబడి శ్రమించాను. నేను చేయవలసిన పని అసంపూర్తిగా వదలటం ఇంతవరకు ఎన్నడూ జరుగలేదు. అనారోగ్యం పాలయితే నేనేం చేయగలను ? నేను పేదవాడిని. ఈ జీతం రాకపోతే నేను, నా కుటుంబం అష్టకష్టాపాలవుతాం."

రాజు తగవు తన మండలితో చర్చించి, ప్రకటించాడు. అసంపూర్తిగా ఉన్న పనికి జీతం ఇచ్చే న్యాయం లేకపోయినా, ఈ శ్రామికుడి నిబద్ధతను, అంకితభావాన్ని గమనించి తీరాలి. శ్రామికుడి కుటుంబం యజమాని కుటుంబంలో ఒక భాగమే.

ఆ శ్రామికుడు అస్వస్థతగా ఉన్న వారం రోజులకూ అతనికి పూర్తి జీతం చెల్లించవలసిందిగా నిర్ణయించారు.

అప్పుడు రాజు అన్నారు. "ఆర్థిక నిర్ణయాలు తీసికొనేటప్పుడు శ్రామికుల సంక్షేమం గుర్తు ఉంచుకోవాలి. ఇటువంటి కష్టకాలంలో శ్రామికులకు శలవుతో బాటు జీతం లభించేట్లు ఒక కొత్త న్యాయం సూత్రీకరించాలి."

చాణక్యుడు ఆ బాలుడి తీర్పు మెచ్చుకున్నారు. అతను తీర్పులో న్యాయాన్ని అనుసరించటమే గాక శ్రామికుల సంక్షేమం నిమిత్తం సరికొత్త న్యాయానికి నాంది పలికాడు. ఒకరాజులో ఉండలసిన లక్షణాలనీన మూర్తీభవించి ఉన్నాడు. ఆ బృందాన్ని సమీపించి "రాజుగా నటిస్తున్న బాలుడి పేరు" అడిగారు.

"అతని పేరు మౌర్యచంద్ర గుప్త."

చాణుక్యులు దరహాసం చేశారు. ఆదర్శ ఆచార్యులు ఎట్టకేలకు తన ఆదర్శ విద్యార్థిని కనుగొన్నారు !

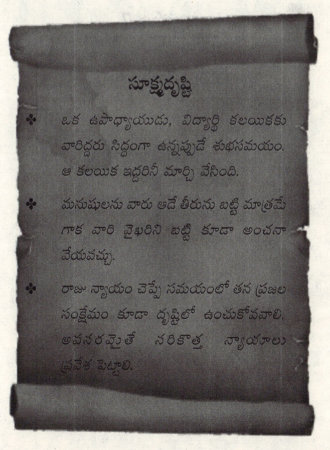

సూక్ష్మదృష్టి

✤ ఒక ఉపాధ్యాయుడు, విద్యార్థి కలయికకు వారిద్దరు సిద్ధంగా ఉన్నప్పుడే శుభసమయం. ఆ కలయిక ఇద్దరినీ మార్చి వేసింది.

✤ మనుషులను వారు ఆడే తీరును బట్టి మాత్రమే గాక వారి వైఖరిని బట్టి కూడా అంచనా వేయవచ్చు.

✤ రాజు న్యాయం చెప్పే సమయంలో తన ప్రజల సంక్షేమం కూడా దృష్టిలో ఉంచుకోవవాలి. అవసరమైతే సరికొత్త న్యాయాలు ప్రవేశ పెట్టాలి.

అధ్యాయం 7

యుద్ధ వ్యూహం

ఆచార్య నీతి

ఒక ప్రఖ్యాత బాలీవుడ్ సినిమాలో డయలాగ్ : "లడాయి తాకత్ సే నహీం, దిమాగ్ సే జీతి జాతి హై." (యుద్ధంలో బాహు బలంతో కాదు బుద్ధిబలంతో జయం సాధ్యం.)

అసలు యుద్ధం కంటే మన ఆలోచనా విధానం, అందుకు తగిన పథకం ఎక్కువ ముఖ్యం. ఒక ప్రఖ్యాతసేనా సూక్తి దీనినే బలపరుస్తుంది – యుద్ధాలు యుద్ధ సమయంలో గాక శాంతిసమయంలో యోజన, సన్నద్ధం కావటంతో జయించ బడుతాయి.

తన విద్యార్థులకు యుద్ధవ్యూహాలు బోధించటంలో చాణక్యులు అద్వితీయ పద్ధతులు అనుసరించేవారు. కొన్నిసార్లు తన ఉపన్యాసాలు, ఎక్కువగా నిజజీవితంలో ఉదాహరణలు, భోజన సమయంలో చర్చలు.

ఆచార్య కథ

యౌవనంలో చంద్రగుప్తుడు తన రాజ్యం విస్తరింప చేయటానికి సదా యుద్ధసన్నద్ధుడై ఉండేవాడు. ఒకసారి ఆయన తన మంత్రిమండలితో కూడి ఒక యుద్ధ పథకం తయారుచేస్తున్నాడు. ఆయన ఉత్సాహంగా నేరుగా దాడి రచించుతున్నాడు.

ఆయన అన్నాడు: "మనం నేరుగా దాడి చేద్దాం మనం నేరుగా రాజ్యం మధ్యలో ప్రవేశించి, తొలి ఎత్తులో రాజును చిత్తు చేద్దాం. ఎక్కువ శ్రమ, కాలయాపన లేకుండా మనం సులువుగా ఈ యుద్ధం గెలుస్తాం."

చాణక్యులు తన శిష్యులను నిశితంగా పరిశీలిస్తారు. వారియోజనలో ఆయనకు లోపం కొట్టవచ్చినట్టు కనిపించింది - అని చెప్పుట సులభము, చేయుట కష్టము. చంద్రగుప్తుడు రాజ్యకాంక్ష గల యువరాజుగా తన గాఢవాంఛను ప్రదర్శించుతున్నాడు. కాని అందులో లక్ష్యము, దూరాలోచన లోపించినవి. ఒక రాజును నేరుగా ఎదిరించి, తొలి ఎత్తులోనే ఓడించటం సాధ్యమా? చాణక్యులు స్వయంగా ఆ ఎత్తుగడ వారికి బోధించాలి. పైనుంచి నరుక్కురా, జయిస్తావు.

ఈ వ్యూహం ప్రయోగించవలెనంటే పథకం ఇంకా చాలా కట్టుదిట్టంగా ఉండాలి. ముఖ్యంగా ప్రత్యర్థి బలవంతుడై, విస్తారమైన సాయుధసేన గలవాడైతే?

చంద్రగుప్తుడికి ఆ విషయం మీద ఉపన్యాసం ఇచ్చే బదులు ఒక చిన్న ప్రయోగం ద్వారా ఆ మెలకువను అతనికి బుఱ్ఱకెక్కేట్లు చేయాలని ఆయన నిశ్చయించారు. వంటయింటికి రాజభోజనంగా వరి అన్నం తయారీకి అజ్ఞాపించి ఆయన చంద్రగుప్తుడిని రాత్రిభోజనానికి ఆహ్వానించారు.

ఆ సాయంత్రం భోజనం సిద్ధం అయిన తర్వాత అతిధి పళ్లెంలో వేడి అన్నం వడ్డించారు. ఆచార ప్రకారం ప్రార్థన జరిగింది. చంద్రగుప్తుడు తినటం ఆరంభించబోగా, చాణక్యులు "ఒక్క క్షణం ...." అంటూ అతనిని ఆపారు.

భోజన పళ్లెరం చూపుతూ ఆయన అన్నారు. "ఈ పళ్లెమే మీ యుద్ధభూమి అనుకో. ఆ అన్నం శతృసైన్యం. ఒక్కొక్క మెతుకూ ఒక సైనికుడు అనుకో."

తన ఆచార్యుల మనసు తెలిసిన చంద్రగుప్తుడు ఒక ముఖ్యమయిన పాఠం రాబోతున్నదని గ్రహించాడు.

చాణక్యుడు "శతృసైన్యాధిపతి రాజు ఎక్కడ ఉంటాడని నీ ఊహ?" అడిగారు.

'సైన్యమధ్యంలో' ఠక్కున వచ్చింది జవాబు.

"ఎందుకని?"

"రాజుగా, సైన్యాధ్యక్షుడిగా ఆయన భద్రత కొరకై సైన్యం చేత పరివేష్ఠితుడై ఉంటాడు."

"అత్యంత కుశాగ్రబుద్ధి" మరి అటువంటి రాజును జయించటానికి నీ వ్యూహం ఏమిటి?"

చంద్రగుప్తుడు చాలమంచి విద్యార్థి. అతను నేర్చుకున్న యుద్ధవ్యూహాలన్నీ అతనికి బాగా గుర్తుఉన్నాయి. ప్రస్తుతం అతను నేర్చుకొనవలసింది ఏ వ్యూహం ఎప్పుడు ప్రయోగించాలి అనే విషయం.

"ఆచార్యా, 'నాయకుణ్ని గెలవండి,యుద్ధం గెలుస్తారు' అని మీ బోధ. కనుక మేము నేరుగా రాజు మీద దాడిచేసి ఆయనను జయిస్తే, సేన లొంగి పోతుంది, కనీస శ్రమతో అతి శీఘ్రంగా యుద్ధం జయిస్తాం."

చంద్రగుప్తుడు తన వ్యూహానికి గర్వించాడు. కాని చాణక్యులు అతన్ని పరిహాసంతో చూశారు.

"నీ సిద్ధాంతం పరీక్షించుదాం" పళ్లెంవైపు చూపుతూ ఆయన అన్నారు.

చంద్రగుప్తుడు వెంటనే పళ్లెం మధ్యలో వేలుపెట్టాడు, నేరు దాడి సూచించుతూ. కాని అన్నం వేడిగా ఉండటం చేత అతని వేలు చుఱ్ఱుమని కాలింది. మండుతున్న వేలు అతను చటుక్కున బయటకు తీశాడు.

"అబ్బ... అతివేడిగా ఉన్నది."

చాణక్యులు నవ్వుతూ అన్నారు: "రాజా ! చంద్రగుప్తా సేనాపరివేష్టితు డైన రాజును సేనమధ్యలో నేరుగా దాడిచేయటం సులువనుకుంటున్నారా!"

అన్నివేళలా అన్నివ్యూహాలూ ఆచరణ యోగ్యాలు కాదని చంద్రగుప్తుడికి అర్థం అయింది.

"ఆచార్యా, ఆ సమయంలో మేమేం చేయాలని మీ సలహా!" అతను అడిగాడు.

"ఇది ప్రయత్నించండి. సేన బయటి శ్రేణులలో చొరబడండి. సరిహద్దు ప్రాంతంలో సేన ఎప్పుడూ బలహీనంగా, ఆక్రమణకు అనువుగా ఉంటుంది. భద్రంగా రక్షితమైన రాజధానిని దాడి చెయ్యటం కంటె సరిహద్దులు దాడి చెయ్యటం సులువు."

చంద్రగుప్తుడు తల ఆడించాడు. మరొకసారి పళ్లెరంలో చెయ్యి పెట్టాడు. కాని ఈసారి అన్నం మధ్యలో గాక తన వేళ్లు అన్నం చివర అంచున పెట్టాడు.

వేడి అన్నం మెతుకులు వెలుపలి అంచున చల్లగా ఉండటాన అతను వాటిని సులువుగా తన వేళ్లతో కదిలించగలిగాడు. చిన్న చిన్న పిడికెళ్లతో అన్నం పక్కగా నెట్టుతూ నిదానంగా అన్నం మధ్యకు చేరగలిగాడు. క్రమంగా అతని ధైర్యం పుంజుకున్నది. మధ్యలో ఉన్న అన్నం మీద ఊది చల్చార్చగలిగాడు. మనం కప్పులో వేడి టీ చల్లార్చినట్లు.

కొద్ది క్షణాలలో అతను శ్రమలేకుండా చేతులు కాల్చుకోకుండా అన్నం మధ్యలోకి చేరగలిగాడు.

"ఆచార్యా, ఇది అత్యద్భుతం ! కొంచెం నిదానమయినా ఇది చాలా సులువైన పద్ధతి. జయం నిశ్చయం."

"నిజమే. అందుకు మనం ఏదిక్కుగా కదులుతున్నామో తెలుసుకొనటం చాల ముఖ్యం. దిక్కు తెలియకుండా కదలటం జయటానికి బాట కాదు". ఆచార్యులు వక్కాణించారు.

చంద్రగుప్తుడు అప్పుడు తను నేర్చుకున్న విషయం మననం చేస్తుండగా, తన శిష్యుడు ఆచరణలోకి దిగే ముందు పరిస్థితుల పూర్వాపరాలు జాగ్రత్తగా ఆలోచించటం నేర్చుకున్నాడని చాణక్యులు సంతోషించారు

సూక్ష్మదృష్టి

- ఒక వ్యూహం విఫలమయినంత మాత్రాన మనం అస్త్ర సన్యాసం చేయకూడదు. లక్ష్యం సాధించటానికి అనువైన మరొక వ్యూహం ప్రయత్నించండి.
- ప్రతిసారి బలప్రదర్శన అనవసరం. ఒకే ఎత్తులో గెలుపుకోరి చంద్రగుప్తుడు కేంద్రం మీద దాడి చేశాడు. ఫలితంగా అతను చేతులు కాల్చుకున్నాడు.
- పెద్దలమాటను సదా గౌరవించండి. మీకు తెలియని చోట వారు పరిష్కారం చూడవచ్చు. చంద్రగుప్తుడికి అతని గురువు చాణక్యుల తోడ్పాటు లభించింది. ఆయన సదా విజయానికి దారి చూపేవారు.

అధ్యాయం 8

ఆన్వీక్షికి – యోచనా శాస్త్రం

ఆచార్య నీతి

మానవులకు మరే జీవికీ లేని ఒక అద్వితీయ వరం ప్రసాదించబడింది. అదే వివేకం.

వివిధ కోణాలలో ఆలోచించగల శక్తితో మానవులు మూలం తెలిసికొని, విశ్లేషించి, హేతుబద్ధం చేసి, యోజనచేసి, రానున్న విషయాలు చెప్పటమే గాక, తాము కోరిన భవిష్యత్తును సృష్టంచగల శక్తివంతులు.

చాణక్యులు తన విద్యార్థులను ఆలోచనామయ జీవితం కొనసాగించు మని ప్రోత్సహించేవారు. ఆయన అర్థశాస్త్రంలో దీనినే ఆన్వీక్షికి, ఆలోచనా శాస్త్రం అన్నారు. అది కేవలం సిద్ధాంతము కాదు. తను అన్నింటినీ మించిన అమూల్యరత్నంగా భావించిన ఈ శాస్త్రాన్ని తన శిష్యులు నిజజీవితంలో అమలు జరుపుతున్నారా లేదా అని అప్పుడప్పుడు చాణక్యులు పరిక్షించేవారు.

ఆచార్య కథ

అలెగ్జాండరుతో పోరాడటానికి చంద్రగుప్తుడి సైన్యం ఇప్పుడు సిద్ధంగా ఉన్నది. సైనికులు, ఆయుధాలు, అందుకు తగిన సామగ్రి ఇతర సరంజామాతో సన్నద్ధులయినారు.

అయినా చంద్రగుప్తుడు సర్వవిధాలా సన్నద్ధుడైనట్లు రూఢి చేసికొనదలచారు చాణక్యులు. అన్నీ బాగానే ఉన్నాయి అని విశ్రమించే ఆచార్యులు కారు ఆయన. విద్యార్థులలో అత్యంత మేధావినయినా సరే ప్రశ్నించి

తీక్ష్ణంగా పరిక్షించక వదలరు ఆయన. చంద్రగుప్తుడు అ, ఆ ... పథకాలే కాక హ, క్ష వరకూ ఆలోచించాడా లేదా అన్నది ఆయన రూఢి చేసుకొనదలచారు.

యుద్ధం సమీపిస్తుండగా ఆయన "ఈ సాయంత్రం మన సన్నద్ధత, సన్నాహాలు, వ్యూహము వివరించాలి." చంద్రగుప్తునితో అన్నారు.

తన అగ్నిపరీక్ష యుద్ధంలో జయించటం కాదని, చాణక్యుల పరీక్ష నెగ్గటమనీ చంద్రగుప్తుడు గ్రహించాడు. తన సన్నాహం సమగ్రంగా లేకపోతే ఆచార్యులు తనను చీల్చిచెండాడుతారు. చాణక్యుల వారినీ ఆయన ప్రశ్నలను తేలికగా కొట్టిపారవేయకూడదు. కనుక సాయంత్రానికల్లా తను అన్ని సమాధానాలతో సిద్ధంగా ఉండాలి. ఈ పరీక్ష నెగ్గితే జీవితంతో మరి ఏ పరీక్ష అయినా నెగ్గవచ్చునని అతనికి తెలుసు. చంద్రగుప్తుడు నిష్క్రమించుతుండగా చాణక్యులు గంభీర స్వరంతో "శతృవును ఎన్నడూ తక్కువగా అంచనా వేయకూడదని గుర్తుంచుకో!" అని హెచ్చరించారు.

యుద్ధానికి అన్ని సన్నాహాలూ పూర్తి అయిన తర్వాత రథాలను, ఏనగులను, గుర్రాలను తనిఖీ చెయ్యటానికి చంద్రగుప్తుడు స్వయంగా వెళ్లాడు. ఒక్కొక్క శాఖాధికారులను కలిసి ఆహార నిల్వలు, సరఫరాలు, ఆయుధాలు, అదనపు అవసరాల పథకాలు చర్చించాడు. అప్పుడు ఆయన మందిరానికి వెళ్లి ఒక అసామాన్యమయిన పనిచేశాడు.

ఆయన చాణక్యుల గురుకులంలో ఉన్నపుడు గురువుల బోధనలలో తను వ్రాసుకున్న నోటు పుస్తకం తెరిచాడు. తన గురువు బోధ ప్రకారం తాను ఆచరిస్తున్నాడో లేదోనని రూఢి పరచుకొనటం ఆయన ధ్యేయం.

చాణక్యులు తన విద్యార్థులకు నేర్పిన మొదటి పాఠం ఆన్వీక్షికి. అన్నిటిలోను అది అత్యంత ముఖ్యవిషయమని చాణక్యుల అభిప్రాయం. ఆయన తన తొలి ఉపన్యాసంలో ఏమి చెప్పారో కూడా చంద్రగుప్తుడికి గుర్తు ఉన్నది.

"ఆన్వీక్షికి అంటే యోచనాశాస్త్రం. అన్ని శాస్త్రాలలోను దానిదే అగ్రస్థానం. మన నిర్ణయాలు అన్నింటికీ మూలాధారం అదే".

అప్పుడు ఒక విద్యార్థి అన్వీక్షికి అంత ప్రాధాన్యత ఎందుకని ప్రశ్నించాడు. చాణక్యులు ఇంకా వివరించారు. "ఆన్వీక్షికి అంటే తత్త్వశాస్త్రం అని కూడా అర్థం. మన ప్రయత్నాలు సఫలం కావలెనంటే మన ఆలోచనలో తత్త్వశాస్త్రం, ఆచరణాత్మకత జోడించి ఉండాలి. ఆన్వీక్షికి అంటే ఆధ్యాత్మికంగా ఏది శుభము, ఏది అరిష్టము, వస్తులాభనష్టాలు, రాజనీతిలో క్షేమకరమైన సిద్ధాంతాలు, కానివి అన్నీ తర్కబద్ధంగా, హేతుబద్ధంగా ఆలోచించటం. సందిగ్ధావస్థలో ఆన్వీక్షికి అనుకూల ప్రతికూల సమయాలలో మనసును స్థిరంగా ఉంచి సవ్యమైన నిర్ణయాలు చేయటంలో తోడ్పడుతుంది. మన ఆలోచనలో, పలుకులో, ఆచరణలో నైపుణ్యాన్ని పెంచుతుంది."

విద్యార్థి దశలో చంద్రగుప్తుడు ఆన్వీక్షికి మూలభావాన్ని పూర్తిగా ఆకళింపు చేసికొనలేకపోయాడు. ఏదైనా యోజనకు పథకం తయారు చేస్తున్నపుడు విభిన్న కోణాలలో ఆలోచించాలని ఇప్పుడు అర్థం చేసుకున్నాడు.

సాయంత్రం ఆచార్యులు అడగబోయే ప్రశ్నలకు చంద్రగుప్తుడు సిద్ధం అయ్యాడు. అతనిని గమనిస్తూ చాణక్యులు అడిగారు.

"నువ్వు ఆన్వీక్షికి ప్రయోగించావని ఆశిస్తాను."

"అవును ఆచార్యా. నేను అన్ని కోణాల నించీ ఆలోచించాను." చంద్రగుప్తుడి జవాబులో ఆత్మవిశ్వాసానికి నమ్రత తోడయి ఉన్నది. ఆచార్యుల ఎదుట ఆయన అహం ప్రదర్శించే ప్రసక్తే లేదు.

చాణక్యులు అన్నారు "నీ యుద్ధసామగ్రి, మూలకాల విషయంలో నువ్వు పూర్తిగా సన్నద్ధుడివైనావని నాకు తెలుసు. కాని రణరంగం ప్రవేశించే ముందు నువ్వు మానసికంగా, ఆధ్యాత్మికంగా, దృఢంగా ఉండాలని నా కోరిక. అర్జునుడు అసమానయోధుడు. గుర్తుంచుకో. యుద్ధం జయించటానికి అవసరమైన లక్షణాలన్నీ కలిగిననాడు. కాని రణరంగం ప్రవేశించినప్పుడు అనికి కాళ్లు చల్లబడినవి. కనుక శత్రువును ఎదుర్కొనే ముందు మానసికంగా, ఆధ్యాత్మికంగా సన్నద్ధులై ఉండటం అత్యవసరం."

అప్పుడు చంద్రగుప్తుడిని "యుద్ధంతో ఒక యోధుడికి ఎదురయ్యే అతి క్లిష్టమైన సమస్య– అది అధిగమించితే యుద్ధం జయించినట్లే – ఏమిటి?" అని ప్రశ్నించారు.

"ధర్మ సంకటం ఆచార్యా, నీతి న్యాయ సందేహాలు మన భావోద్వేగాలను వెంటాడుతుంటాయి." చంద్రగుప్తుడి సమాధానం.

"శుభం. ఒక ఆఖరి ప్రశ్న. ప్రతియోధుడికీ ఘనాతి ఘనమయిన పోరు ఏది?"

"ధర్మయుద్ధం. సమాజంలో విలువలు కాపాడటానికి జరిగే యుద్ధం. ఆ యుద్ధం ఐశ్వర్యం, ఆధిపత్యాల కొరకు కాక ప్రజాశ్రేయస్సు కొరకు జరుగుతుంది" రాజు సమాధానం.

చాణక్యులు తృప్తి చెందారు. ఇప్పుడు ఆయన శిష్యుడు యుద్ధానికి సేనను నడిపించటానికి అర్హత సంపాదించాడు.

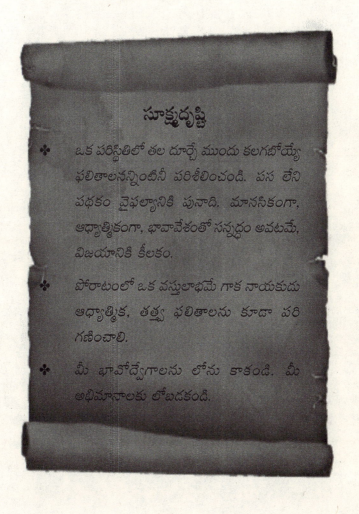

సూక్ష్మదృష్టి

- ఒక పరిస్థితిలో తల దూర్చే ముందు కలగబోయ్యే ఫలితాలనన్నింటినీ పరిశీలించండి. పస లేని పథకం వైఫల్యానికి పునాది. మానసికంగా, ఆధ్యాత్మికంగా, భావావేశంతో సన్నద్ధం అవటమే, విజయానికి కీలకం.
- పోరాటంలో ఒక వస్తులాభమే గాక నాయకుడు ఆధ్యాత్మిక, తత్వ ఫలితాలను కూడా పరి గణించాలి.
- మీ భావోద్వేగాలను లోను కాకండి. మీ అభిమానాలకు లోబడకండి.

అధ్యాయం 9

రాజు - రాజస్రష్ట

ఆచార్య నీతి

ఆధిపత్యము అంటే ఏమిటి?

ఇతరులను నియంత్రించి, ప్రభావితులను చేసే సామర్థ్యం.

జీవితంలో అడుగడునా అధిపతులను – రాజనీతివేత్తలు, వ్యాపారనేతలు, ప్రభుత్వ అధికారులు, కుటుంబపెద్దలు, సంస్థల అధినేతలు – చూస్తూ ఉంటాము.

ఆచార్య కథ

చాణక్యులు ఆధిపత్యాన్ని అవగాహన చేసికొనటమే గాదు, దాన్ని సృష్టించారు ఆయన. ఇతరులకు ప్రయోజనకారి కావటానికి ఆయన ఆధిపత్య నియోజనను గురించి వ్రాశారు, ప్రసంగించారు.

ఆయన మహాబలవంతులైన మహారాజులకు శిక్షణ గరిపారు, వారికి ఉపదేశాలు,నిర్దేశాలు ఇచ్చారు. ఆధిపత్యం యొక్క విభిన్న అంశాలను బోధించారు. ఆ ఆధిపత్యం వెంటవచ్చే బాధ్యతలను గురించి కూడా ఆయన వారికి చెప్పారు.

ఆయన కేవలం ఒక గురువు.

చంద్రగుప్తుడిని మగధకు రాజుగా, అఖండ భారతావనికి సార్వభౌముడిగా చేసిన తర్వాత చాలా అధికారం చాణక్యుల చేతికి వచ్చింది.

ఒకనాడు ఆయన సాధారణ వేషధారణతో అంగడి వీధిలో ఒక సామాన్యుడిలా వెళ్తున్నారు. ఆయనను ఎవరూ గుర్తుపట్టలేదు.

అది ఆయనకు ప్రజాభిప్రాయాలు – నిష్పాక్షికంగా విని తెలుసుకొనే అవకాశం కలిగించింది. రాజ్యాన్ని సుఖసంతోషాల మయం చేయటానికి వారి సంభాషణ, వారి అభిప్రాయాలు, చివరికి వారి సూచనలు కూడా తెలుసుకోవాలని ఆయన కోరిక.

ఒక కూరగాయల దుకాణం ముందు నడుస్తుండగా ఆ దుకాణదారుడు ఒక ఖాతాదారుతో రాజకీయాలు ప్రస్తావించుతున్నాడు. అతనివంటి వ్యాపారులు వ్యాపారేతర విషయాలు చర్చించి ఖాతాదారులతో అన్యోన్యత పెంచుకుంటారు.

దుకాణదారు "ధననందుడు వెళ్లిపోయిన తర్వాత వ్యాపారం బాగుపడింది." అన్నాడు.

ఖాతాదారు "అవును. ఆ మాట నిజం. చంద్రగుప్తుడు న్యాయస్థుడైన రాజు. రాజుగా ఆయన నిజాయితీ, వివేకం ప్రశంసనీయం."

దుకాణదారు "నిజం. పన్నులభారం తగ్గింది. ప్రభుత్వం అన్నింటిలో జోక్యం చేసికొనటం కూడా తగ్గింది. మన పని స్వేచ్ఛగా, సులువుగా సాగటం హాయిగా ఉన్నది. ఇప్పుడు వ్యాపారం సరదాగా ఉన్నది."

నవ్వుతూ అతను ఖాతాదారు ముఖంలో ముఖం పెట్టి "నా లాభాలు పెరిగినయ్. తెలుసా?" అన్నాడు. ఇద్దరూ హాయిగా నవ్వుకున్నారు.

దుకాణదారు "ఇప్పుడు నా లాభాలు పెట్టుబడి పెట్టి వ్యాపారం పెంచవచ్చు. పన్నులభారం. అందులోనూ చట్టప్రకారం – తగ్గితే ఎంతహాయి!" అన్నాడు.

ఖాతాదారు విద్యావంతుడనీ, విషయం తెలిసిన వ్యక్తి అనీ చాణక్యులు గమనించారు. ఆయన అన్నాడు "ప్రభుత్వం పన్నుల సేకరణ కూడా పెరిగింది తెలుసా? ఈ సంవత్సరం సగంలోనే రెండింతలు పన్ను సేకరించింది ప్రభుత్వం.

ఇది అందరికీ లాభసాటి అయిన వ్యవహారం. వ్యాపారం బాగుంటే దేశం బాగుపడుతుంది."

"మన రాజుగారు నిండు నూరేళ్లు వర్ధిల్లాలి. ఆయన చట్టము న్యాయము అందరికీ అండ కావాలి. అటువంటి వ్యక్తి మనకు అధిపత్యం వహించాలి."

ఖాతాదారు సమ్మతి తెలిపాడు. "మౌర్య చంద్రగుప్త మహారాజు గొప్పవారు, మంచివారు. కాని ఈ రాజ్యంలో మకుటంలేని మహారాజు వేరొకరున్నారు..."

అప్రతిభుడైన దుకాణదారు "రాజుకన్నా అధిపత్యం గల వ్యక్తివేరే ఉన్నారా?" అని అడిగారు.

"అవును, రాజస్రష్ట – రాజగురువు, మహనీయులు చాణక్యులు వారు".

చాణక్యులు వారికంటపడకుండా కూరగాయల కుప్ప వెనుకకు అడుగువేశారు.

"రాజు కన్నా గురువు బలవంతులు ఎలా అవుతారు?" దుకాణదారు ఆశ్చర్యం.

వివేకి అయిన ఖాతాదారు "రాజుకంటె రాజస్రష్ట బలోపేతులు. చాణక్యులు చంద్రగుప్తుల గురువు. వారే చంద్రగుప్తులను సింహాసనం ఎక్కించింది."

ఖాతాదారు వెళ్లిపోయాడు. వెళ్తూ ఆయన దుకాణదారు మెదడుకు మేత వేశాడు. ఆ దుకాణదారుకు అధికారం, ఆధిపత్యాలను గురించి అవగాహన లేదని చాణక్యులకు తెలుసు. కాని అతనికి గురువు యొక్క ప్రాముఖ్యత తెలయజేయాలని ఆయన ఇచ్ఛ. కొన్ని తాజాకూరలు కొని, దుకాణదారు చిరునామా తెలిసికొని ఆయన నిష్క్రమించారు.

మర్నాడు రాజమందిరం నుంచి తాజాకూరలకు భారీ కొనుగోలు ఉత్తరువు చూచి ఆశ్చర్యపోయినాడు. ఆ అమితానందంలో కూరగాయలు

అక్కడికి చేర్చటానికి తానే స్వయంగా వెళ్లాడు. కూరలు బట్వాడా అయిన తర్వాత ఆయన కోసం ఎవరో నిరీక్షించుతున్నారని చెప్పాడు.

అతను ఆశ్చర్యంలో తలమునక లవుతుండగా రాజదర్బారు పక్కనే ఉన్న గదిలో ఉన్న చాణక్యుల వద్దకు తీసికొని వెళ్లి విడిచారు. రాజమందిరాన్ని, అక్కడి ఆడంబరాన్ని చూసి విస్తుపోతున్న దుకాణదారు ఆ క్రితం రోజు తన దుకాణం దగ్గరకు వచ్చిన పెద్దమనిషిని ఇక్కడ చూసి ఆఘాతం తిన్నాడు.

"నిన్న నీ దగ్గర కొన్ని కూరగాయలు బాగున్నవి. అవి తాజాగా ఉన్నవి, వెలసరసం. అందుచేత మా భాండాగార అధికారికి నీకు కొంచెం బేరం ఇమ్మని ఆజ్ఞాపించాను."

"ఆజ్ఞ ? రాజోద్యోగులకు ఉత్తరువులు ఈయగల ఈ సామాన్యుడు ఎవరు?"

అతని ఆలోచనలను చదువుతున్నట్టు ఆయన "అవసరమైతే నేను రాజును కూడా ఆజ్ఞాపించగలను" అన్నారు.

'ఆయన మీ ఆజ్ఞ పాటించుతారా?' దుకాణదారు ఆశ్చర్యం.

"పాటించుతారు. దేశక్షేమము, ఆయన క్షేమము నాకు ప్రాణప్రదమని ఆయనకు తెలుసు." జీవితంలో తొలిసారిగా ఆ దుకాణదారు అసలయిన అధికారం ఎలా ఉంటుందో చవిచూశాడు.

"ఇంతకు మీరెవరు ?" అతని ఉత్సుకత.

"నేను ఆయన గురువును. చాణక్యుడిని." అన్నారు చాణక్యులు.

దుకాణదారు అమితాశ్చర్యంలో నిశ్చేష్టుడయినారు. కొన్ని లిప్తల తర్వాత "గురువు అంటే సామాన్యుడు కదా!"

చాణక్యులు నవ్వారు. "గురువు అంటే సామాన్యులు కారు. ఎందుకంటే సామాన్యుడిని అసామాన్యుడుగా మార్చగలిగినది గురువే."

సూక్ష్మదృష్టి

- సాధారణ పరిసరాలలో వ్యక్తులను గమనించి, వారి అభిప్రాయాలను విని చాలా నేర్చుకొనవచ్చు.
- విద్యార్థులను పూర్తిగా మార్చగలవారు గురువులు. గురువు తన జ్ఞానసంపదను విద్యార్థికి ధారపోసి, అతన్ని శక్తిమంతుడిని చేయగలరు.
- ఆధిపత్యం పదవిలో లేదు. నీకు ఆధిపత్యం కట్టపెట్టగలవాడే అసలైన శక్తిమంతుడు.

అధ్యాయం 10

ధననందుడి శిక్ష

ఆచార్య నీతి

అధికారం చేతులు మారినపుడు రాజు బికారి కావచ్చు. అలాగే అదృష్టం బాగుంటే సేవకుడే యజమాని కావచ్చు.

అధికారంలో ఉన్న వ్యక్తి అద్భుతాలు చేయవచ్చు. ప్రపంచమంతా తన చెప్పుచేతల్లో ఉన్నపుడు తన అధికారాన్ని సద్వినియోగము చేయవచ్చు, దుర్వినియోగము చేయవచ్చు. అతని వినియోగం అతని నిజస్వరూపాన్ని వెలిబుచ్చుతుంది.

ఆచార్య కథ

ప్రస్తుతం అధికారం చాణక్య చంద్రగుప్తుల చేతులలోకి వచ్చింది. చంద్రగుప్తుడు సింహాసనం ఎక్కిన తర్వాత రాజాజ్ఞ నిర్ణయించే అధికారం చాణక్యుల వశమయింది. ఆయన ధననందుడిని రాజాస్థానానికి పిలిపించుమని చంద్రగుప్తుడికి చెప్పారు.

ఆ రాజుపై చాణక్యుల వారి కోపం అందరూ ఎరిగినదే. ఒకసారి ఆయన తలచుకుంటే, తిరిగి తలఎత్తే అవకాశం లేకుండా శత్రువును రూపు మాపుతారని కూడా వారికి తెలుసు. ధననందుడిని రాజాస్థానానికి చాణక్యుల ఎదుటికి తీసుకు వస్తున్నారంటే ఆయన మరణం తథ్యమని జనాభిప్రాయం.

మగధ రాజ్యాధినేతగా ధననందుడు తన కర్తవ్యం అర్థం చేసికొనాలని చాణక్యులు ప్రయత్నించారు. కాని ధననందుడు తన అమాత్యుల సలహాలను పెడచెవిన పెట్టి తన ప్రజాపాలనా బాధ్యతలో విఫలుడైనాడు.

ధననందుడి ఆస్థానంలో చాణక్యుల తండ్రి చణకులు అమాత్యులుగా ఉండేవారు. ఆయన ముక్కు సూటి స్వభావం కలవారై ధననందుడిని బహిరంగంగా విమర్శించారు. ఫలితంగా ధననందుడు ఆయనకు మరణశిక్ష విధించాడు. బాలుడిగా చాణక్యులు తన ఆదర్శమూర్తి అయిన తండ్రి మరణాన్ని భరించవలసి వచ్చింది. అంతేకాక తన ప్రాణం కాపాడుకోవటానికి మగధనించి పారిపోవలసి వచ్చింది. తక్షశిల విశ్వవిద్యాలయంలో అధ్యయనం చేసి అక్కడే బోధచేసి తిరిగి మగధ వచ్చాడు. ఇన్ని సంవత్సరాలలో మగధలో చెప్పుకోతగిన మార్పు ఏమీ ఆయనకు కనిపించలేదు.

ధననందుడిలో వివేచన కలిగించటానికి చాణక్యులు చేసిన ప్రయత్నాలన్నీ వ్యర్థం అయినవి. అలెగ్జాండరు భారతదేశం మీదికి దండెత్తి వచ్చినపుడు చాణక్యులు ధననందుడి తోడ్పాటు అర్థించారు. ధననందుడు తోడు పడకపోగా చాణక్యులను గేలిచేశాడు.

ప్రస్తుతం అధికారం చేతులు మారింది. సామాన్యుడయిన గురువు దయాదాక్షిణ్యాల మీద ఒకనాటి బలవంతుడయిన రాజు ప్రాణాలు నిలచి ఉన్నవి.

రాజస్థానానికి పిలుపు విని ధననందుడు హడలిపోయినాడు. ఆయన చేయగలిగినదల్లా సత్వర మరణం కోసం ప్రార్థించటమే. రాజభటులు ఆయనను రాజాస్థానంలో ప్రవేశపెట్టినపుడు అతని కళ్లలో మరణభయం కదలాడింది. చాణక్యులు గంభీరంగా ఉన్నారు.

"మగధ సామ్రాట్...." పరాజితుడయిన రాజును వ్యంగంగా సంబోధించుతూ" ఆఖరి కోరిక ఏమైనా ఉన్నదా?" అని అడిగారు.

"ఒకనాడు ధననందుడు పాలించిన ఆ మందిరం ఆగారాలల్లో ఆమాటలు మారుమ్రోగినవి. మరణదండన విధించిన వారిని, రాజుగా ధననందుడు అడిగిన మాటలు అవే. నిశ్శబ్దమే సమాధానం అయింది.

అందరి కళ్ళూ చాణక్యుల వారి మీద ఉన్నవి. అందరూ ఊపిరి బిగబట్టి నిరీక్షించుతున్నారు. సేనాపతి కళ్లలోకి సూటిగా చూస్తూ చాణక్యులు అన్నారు. "ధ్యానము, విచారణల జీవితం గడపటానికి ధననందులను కానలకు పంపవలసిందిగా ఆజ్ఞ. ఆయనకు ఏవిధమైన హానీ కలుగకూడదు. ఆయన నిష్క్రమణ సగౌరవంగా జరగాలి."

ఆ ప్రకటనతో చాల కనుబొమలు ఆశ్చర్యంతో పైకి లేచినవి, ముఖాలు అచ్చెరువు పాలు అయినవి. మరణదండన కాదా!

అడగని ఆ ప్రశ్నకు చాణక్యుల సమాధానం. "ధననందుడు ఒకనాడు రాజు. ఎందరు వివేచనాపరులు చెప్పినా ఆయన తన ధర్మం నిర్వర్తించక పోవటం నిజమే. ఇప్పుడాయన పరాజితుడే. కాని ఏది ఏమయినా...."

ఆయన తర్వాతి పలుకులు ఉదాత్తమైనవి. "ఒకరాజును రాజుగానే ఆదరించాలి. అది... రాజధర్మం.

చాణక్యులు తన ప్రాణాలు తీయనందుకు ధననందుడు ఆనందపరవశు డయినాడు. ఒకనాడు తను శాసించిన తన అమాత్యులు, సైనికులు అందరి ముందు నించి నిష్క్రమించటమే ఆయన ప్రస్తుత ధ్యేయం.

ఆయనను ఆస్థానం వెలుపలికి తీసుకువెళ్ళిన తర్వాత నిశ్శబ్దాన్ని భంగపరుస్తూ ఒక అమాత్యవర్యులు అడిగారు. "అడవిలో ఆయన ధ్యానము చింతనల నడుమ జీవితం గడుపుతారని మీరు రూఢిగా నమ్ముతారా? ఆయనను ఎలా నమ్మగలరు ? ఆయన మీమీదకు దండయాత్రకు దిగవచ్చునేమో కదా?"

చాణక్యులు నవ్వుతూ అన్నారు. "ఆయనను నేను పూర్తిగా విశ్వసిస్తున్నా ననుకుంటున్నారా?" ఆ మాటలతో సభలో గుసగుసలు సద్దుచేసినవి. "ఆయనకు హాని కలగకుండా వదిలినా ఆయన వెనుక ఇద్దరు వేగులవాళ్లు అనుక్షణము కనిపెట్టి ఉంటారు. ఆ విషయం ఆయనకు తెలియదు. ఆయన తెలివి మీరి ప్రవర్తించటానికి ప్రయత్నించితే మృత్యువు ఆయన కోసం కోరలు చాచి కాచుకొని ఉంటుంది."

చివర్లో ఆయన పసిడి పలుకులు "ఒక నిర్వీర్యుడి మీద మీ అధికారం ప్రయోగించి ప్రయోజనం ఏమిటి? అది మీ అధికారానికే అవమానం."

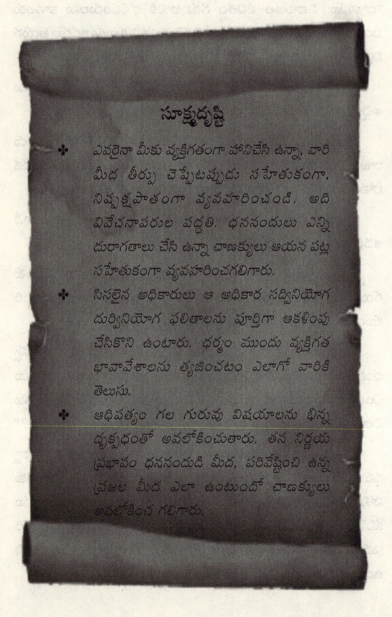

సూక్ష్మదృష్టి

* ఎవరైనా మీకు వ్యక్తిగతంగా హానిచేసి ఉన్నా, వారి మీద తీర్పు చెప్పేటప్పుడు సహేతుకంగా, నిష్పక్షపాతంగా వ్యవహరించండి. అది వివేచనాపరుల పద్ధతి. ధననందులు ఎన్ని దురాగతాలు చేసి ఉన్నా చాణక్యులు ఆయన పట్ల సహేతుకంగా వ్యవహరించగలిగారు.

* సిసలైన అధికారులు ఆ అధికార సద్వినియోగ దుర్వినియోగ ఫలితాలను పూర్తిగా ఆకళింపు చేసికొని ఉంటారు. ధర్మం ముందు వ్యక్తిగత భావావేశాలను త్యజించటం ఎలాగో వారికి తెలుసు.

* ఆధిపత్యం గల గురువు విషయాలను భిన్న దృక్పథంతో అవలోకించుతారు. తన నిర్ణయ ప్రభావం ధననందుడి మీద, పరివేష్టించి ఉన్న ప్రజల మీద ఎలా ఉంటుందో చాణక్యులు అవలోకించ గలిగారు.

ఒకటవ భాగం : తొలి పది కథలు

చాణక్యులు – ఆచార్యులు

రెండవ భాగం : తర్వాతి పది కథలు

చాణక్యులు – దేశికులు

విద్య – హక్కు

(ప్రేమ – యుద్ధం

మెదడుకు మేత

రెండు దీపాలు

జీవిత పరమార్థం

చాణక్యుల రాజోత్తముడు

రా(ష్ట్రము – రాజ్యము

మీ అహం పక్కన పెట్టండి

రాజు వైఖరి

సంగీతం – (ప్రాముఖ్యత

మూడవ భాగం : మలి పది కథలు

చాణక్యులు – ఘనత

అధ్యాయం 1

విద్య- హక్కు

ఆచార్య నీతి

ఒక సమాజం ప్రగతి రాబోయే తరాలను తీర్చి దిద్దగల విద్యా విధానము, చట్టము మీద ఆధారపడుతుంది. అది తమకూ తమ పిల్లలకూ విద్యగర పటంలోని విశ్వాసం మీద కూడా ఆధారపడుతుంది.

ఈ భూమి మీద జీవించిన మహోత్తమ ఆచార్యులలో ఒకరైన చాణక్యులు తన కాలంలో విద్యా సంబంధమైన అనేక అర్హతలను యోగ్యతలను, నిబంధనలను తిరగ వ్రాశారు. తన విద్యార్థుల కోసం ఆయన అనేక నాయకత్వ శాస్త్రాలను రూపొందించి, సమాజంలో అన్ని వర్గాల వారికీ విద్య పొందే హక్కు కలిగేలా ఏర్పాటు చేశారు.

సమాజంలో బడుగు వర్గం నించి వచ్చి రాజు కావటానికి అవసరమైన విద్యనంతా సాధించి ప్రజాభిమానం చూరగొన్న చంద్రగుప్త మౌర్యుడే ఇందుకు దృష్టాంతం.

ఆచార్య కథ

ధననందుడిని అడవులపాలుచేసిన తర్వాత చాణక్యులు ఆ తర్వాతి వ్యక్తిని పిలిపించారు.

"చంద్రగుప్తుడి మేనమామను పిలు" ఆయన ఆజ్ఞ.

చాల సంవత్సరాలుగా చంద్రగుప్తుడు కుటుంబానికి దూరంగా ఉన్నాడు. ఆచార్యులు తన మేనమామను పిలిపించుతున్నారని తెలిసి చంద్రగుప్తుడు సంతోష

పడ్డాడు. చంద్రగుప్తుడి అనుభూతి గమనించిన చాణక్యులు మరొక ఉత్తరవు జారీ చేశారు.

"చంద్రగుప్తుడి తల్లిని కూడా పిలిపించండి."

త్వరలో తల్లిని చూడబోతున్నానని తెలిసిన చంద్రగుప్తుడి ఆనందానికి అవధులు లేవు. తమ బిడ్డ భరతవర్ష సామ్రాట్ కాబోతున్నాడని తెలిసి వారు ఆనందిస్తారు.

వారు ఆస్థానంలో ప్రవేశించినపుడు చంద్రగుప్తుడు, తన మేనమామతో కలసి వస్తున్న ముసలి తల్లిని చూసి ఉద్వేగం ఆపుకొనలేకపోయినాడు. పరుగున వెళ్లి తల్లి పాదాల మీద వాలాడు.

బహుకాల వియోగం తర్వాత కొడుకును చూచిన తల్లి ఆనందం వర్ణనాతీతం. ఆనందబాష్పాల వర్షంలో తల్లీ తనయుడు ఆలింగనం చేసికొన్నారు. అందమైన యువకుడుగా ఎదిగిన కొడుకును చూసి తల్లి ఆనంద పరవశురాలయింది. అదీగాక కొడుకును యువసామ్రాట్టుగా చూడటం - ఆ అదృష్టం పరమభాగ్యశాలురయిన ఏ కొద్దిమంది తల్లులకో లభించే అద్వితీయ వరప్రసాదం !

"గురుకులంలో నిన్ను సరిగా చూశారా నాయనా.... సరిగా వేళకు తిన్నావా తండ్రీ ! .... నీకు ఏ కీడూ కలుగలేదు గదా నాయనా.!..." ఇవీ ఇలాంటి వేలాది ప్రశ్నలు ఆమె మనసులో పరుగులు తీస్తున్నాయి. రాజ పరిసరాలలో ఉన్నదనే ఎరుక కారణంగా ఆ ప్రశ్నలు ఆమె పెదవి దాటలేదు.

ఉద్వేగాలు సద్దుమణిగిన తర్వాత చంద్రగుప్తుడు తన మేనమామ దిశగా తిరిగి వంగి ఆయనకు పాద ప్రణామం చేసి తన భక్తిశ్రద్ధలు ప్రకటించాడు. ఈలోగా చాణక్యులు అతని తల్లిని పలకరించారు.

"అమ్మా ! అఖండ మేధావి అయిన మీ కుమారుడిని నాకు అప్పగించినందుకు అనేక ధన్యవాదాలు." గర్వరేఖ గొంతులో తొణికిసలాడుతుండగా ఆయన "మీ కుమారుడిని అప్పగించి మీరు తోడ్పడక

పోయినట్లయితే ఈ దేశం కోసం నా కలలను సాకారం చేసికొనటం నాకు అసంభవమయ్యేది. అతను అఖండ మేధావంతుడయిన విద్యార్థి. అతనిని ఈనాటికి ఇలా తీర్చి దిద్దగలిగాను అంటే మీకు నాపైన ఉన్న అచంచల విశ్వాసం మహత్త్యమే నాకాశక్తి ప్రసాదించింది."

చంద్రగుప్తుడి తల్లి ఆచార్యులకు కృతజ్ఞత తెలపటానికి ఇంకా పెద్దకారణం అన్నది. "ఆచార్యా ఇదంతా మీరు పెట్టి భిక్ష. నా బిడ్డ ఈనాడు ఈ స్థితిని సాధించాడు అంటే, వాడిలోని మేధను గుర్తించి మీరు శిక్షణ ఇవ్వటమే మూలకారణం. రత్నాన్ని గుర్తించి దాన్ని సానపట్టి మెరుగుపెట్టడం ఒక్క రత్నకారులకే చెల్లుతుంది."

ఈ సంభాషణ నడుస్తుండగా చంద్రగుప్తుడి మేనమామ దాపున ఉన్న ఒక ఆసనం మీద కూర్చుని విశ్రాంతిగా కాళ్లు సాచాడు.

"మీకు కూర్చొనటానికి అనుమతి లేదు" ఆ మేనమామ వైపు వేలు చూపుతూ చాణక్యులు గర్జించారు.

అందరూ ఆఘాతంతో అవాక్కు అయ్యారు. వారు కోలుకునే లోపల చాణక్యులు అతని దిశగా మరొకసారి గర్జించారు. అతని బుర్రకెక్కాలనే దృఢ నిశ్చయంతో

"అవును, నిన్నే. ఇక్కడ కూర్చొనటానికి నీకు అనుమతి లేదు."

అప్పుడు అంతకు మించిన ఆఘాతం – మిన్ను విరిగి మీద పడింది– ఆయన భటులను ఆజ్ఞాపించారు. "వెంటనే వీడిని ఉరికంబం ఎక్కించండి. ఆ మరణయాతన ఈ దేశంలో ప్రతి పౌరుడికీ తెలిసేటంత దారుణంగా ఉండాలి!"

అందరూ చాణక్యులకు మతిభ్రమించిందా అని విస్తుపోయారు. ఆయనకు ఏమయింది ? ఒక వైపు తననే అవమానించిన ధననందుడిని క్షమించి విడిచిపెట్టారు, మరొక వైపు రాజుగారి మేనమామను చంపుమని ఆజ్ఞ ఇస్తున్నారు!

"ఆచార్యా ఆయన నా మేనమామ. ఆయన చేసిన నేరం ఏమిటి? ఆయనవల్ల ఏదయినా అపరాధం జరిగిఉంటే క్షమించండి. ఆయన నా తల్లికి

స్వయానా సోదరుడు!" నిస్సహాయుడైన చంద్రగుప్తుడు వేడుకొన్నాడు.

"వీడిని క్షమించటమా! ఎన్నటికీ జరగదు" చాణక్యులు భీష్మించారు. ఆయన నిర్ణయాన్ని ఎవరూ మార్చలేకపోయారు.

"ఆచార్యా, కనీసం ఆయనకు ఈ శిక్ష ఎందుకు విధించుతున్నారో చెప్పకూడదా!" చంద్రగుప్తుడి వేడికోలు.

కొంచెం శాతించిన చాణక్యులు "ఒక బిడ్డకు విద్యనేర్చుకునే హక్కు నిరాకరించటమే ఇతని నేరం. నా దృష్టిలో ఇంతకు మించిన మహాపాపం లేదు."

చాణక్యులు చెప్పిన దానిని పూర్తిగా అర్థం చేసికొన్నది చంద్రగుప్తుడి తల్లి ఒక్కతే.

చాణక్యుల గతం తలపోశారు. "చంద్రగుప్తా అప్పుడు అర్థం చేసికొనలేని పసివాడివి. నేను నిన్నురాజుగా శిక్షణ ఇస్తానన్నప్పుడు నీతల్లి నాకు తోడు నిలిచింది. కాని ఆమెకు మీ మేనమామ అనుమతి అవసరమయింది. ఈ మనిషి..."

చాణక్యుల వారి ముఖమండలంలో మరొకసారి కోపజ్వాలలు భుగభుగమన్నవి. "...ఈ మనిషి ఆమె కోరిక పూర్తిగా తిరస్కరించాడు. అతనన్నారు. "నా మేనల్లుడిని మీరు తీసికొనిపోతే నాకు ఆర్థికంగా నష్టం కలుగుతుంది. ఆ మొత్తం నాకు చెల్లించితే వాడిని తీసికొని వెళ్లి మీ యిష్టం వచ్చినట్లు ఉపయోగించుకొనవచ్చు."

సాధారణంగా ఎన్నడూ ఉద్వేగం కనబరచని చాణక్యులు ఆగ్రహావేశ పూరతులయినారు. "నిన్ను కొనటానికి నా విశ్వవిద్యాలయ నోటు పుస్తకాలతో సహా అమ్మవలసిన అగత్యం ఏర్పడింది. ఉపాధ్యాయుడిగా నా ఆస్తి అంతా నా చదువే. నీ జ్ఞానం కొనటానికి నా ఐహిక ఆస్తినంతటినీ అమ్మవలసి వచ్చింది."

ఈ శిక్ష అక్కడ సమావేశమై ఉన్నవారందరికీ ఒక సందేశం కావాలనే ఉద్దేశ్యంతో ఆయన "ప్రతి శిశువుకూ పూర్తి విద్య ఉచితంగా ఇవ్వబడాలని

ప్రతివారు తెలిసికొని తీరాలి. దీనికి అడ్డుపడేవారెవరైనా సరే మన బద్ధ విరోధులు వారు క్షంతవ్యులు కారు."

చంద్రగుప్తుడి కళ్లలోకి సూటిగా చూస్తూ ఆయన మంగళం పాడారు. "ఆ వ్యక్తి రాజుగారి మేనమామ అయినా సరే."

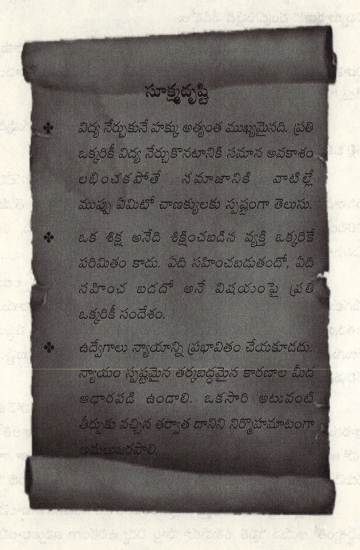

సూక్ష్మదృష్టి

- విద్య నేర్చుకునే హక్కు అత్యంత ముఖ్యమైనది. ప్రతి ఒక్కరికీ విద్య నేర్చుకొనటానికి సమాన అవకాశం లభించకపోతే సమాజానికి వాటిల్లే ముప్పు ఏమిటో చాణక్యులకు స్పష్టంగా తెలుసు.
- ఒక శిక్ష అనేది శిక్షించబడిన వ్యక్తి ఒక్కరికే పరిమితం కాదు. ఏది సహించబడుతందో, ఏది సహించ బడదో అనే విషయంపై ప్రతి ఒక్కరికీ సందేశం.
- ఉద్వేగాలు న్యాయాన్ని ప్రభావితం చేయకూడదు. న్యాయం స్పష్టమైన తర్కబద్ధమైన కారణాల మీద ఆధారపడి ఉండాలి. ఒకసారి అటువంటి తీర్పుకు వచ్చిన తర్వాత దానిని నిర్మొహమాటంగా అమలుజరపాలి.

అధ్యాయం 2

ప్రేమ - యుద్ధం

ఆచార్య నీతి

మానవచరిత్ర అంతా యుద్ధాలు, అవి జరిగిన తీరు, ఆ సమయంలో జరిగిన సంఘటనల సమయం.

ఒక యుద్ధం ముగింపు మరొక యుద్ధానికి నాంది అని తరచు వింటాము. ఈ ఆ వృత్తం కొనసాగుతూనే ఉంటుంది అనేది సామాన్య అభిప్రాయం. కాని వ్యూహ సంపన్నులు చాణక్యులు యుద్ధాలకు మంగళం పలకటంలో ప్రసిద్ధులు.

ఆచార్య కథ

చాణక్యుల సలహా ప్రకారం యుద్ధం ముగింపుకు ప్రప్రథమంగా అన్నింటికంటె సులువైన పద్ధతి విందుభోజనం. ఆహారం మానవ అవసరాలలో అతి ప్రాథమిక అవసరం. వివిధ సంస్కృతుల ఆహారపు ఆచారాలు, అలవాట్లు వేరుగా ఉంటాయి. ఒకరిని భోజనానికి ఆహ్వానించటం గాని, ఒకరిచేత ఆహ్వానించబడటం గాని ఒక మర్యాదగా భావించుతారు.

'వివాహ భోజనంబు' వంటి భోజనం ఆరగించుతూ, ఆనందించుతూ చర్చించటమే శతృత్వం నించి మిత్రత్వంలోకి అడుగుపెట్టడానికి అతిసులువైన తొలిమెట్టు. విందు సమయంలో వాతావరణం సుముఖంగాను, సుఖదంగా ఉంటుంది గనుక చర్చలు సులభంగా కొనసాగుతవి. ఆహారం ఘుమఘుమలు రకరకాల వంటకాలు అవి వడ్డించేతీరు తినేవారి 'మూడ్'ను భారీగా మార్చివేస్తుంది. ముఖ్యమైన వాణిజ్య లావాదేవీలు, ఒప్పందాలు, ఒడంబడికలు

అన్ని సందర్భాలలోను భోజనం ప్రాముఖ్యత వహించుతుంది. కారణం భోజనం బలవర్ధకం.

చాణక్యుల రెండవ వ్యూహం వ్యవస్థాంతర వివాహం. అదే చంద్రగుప్తుడి పట్ల ఆయన అమలుపరచిన వ్యూహం. చంద్రగుప్తుడి రాచరికం మరొక విజయానికి సాధనమే నంటారు చాలామంది చరిత్రకారులు.

పరాజితమైన అలెగ్జాండరు సేన ఇంటి ముఖం పట్టింది. జయించిన ప్రాంతాలను పాలించటానికి అలెగ్జాండరు సేనాపతులలో కొందరు ఇక్కడే ఉండిపోయారు. మహాబలుడు సెల్యూకస్ వారిలో ఒకడు. తమరాజు మరణకారణంగా అతని పరివారం నీరసంగా ఉన్నా, సెల్యూకస్ ఆదరణీయుడైన నాయకుడు. భారతదేశాన్ని జయించి అలెగ్జాండరు కలనెరవేర్చటానికి అతను సమర్థవంతమైన సేనతో బాటు సంభావ్యశక్తియుతుడు.

చాణక్యులకు ఆ విషయం విదితమే. అవకాశం దొరికితే సెల్యూకస్ ఈ దేశానికి విధ్వంసం కలిగించగలడని ఆయనకు తెలుసు. అందుకు ఆయన ఒక పధకం ఆలోచించారు. ఇప్పుడు ఆ పథకం చంద్రగుప్తుడికి వెల్లడించవలసిన సమయం ఆసన్నమయింది. చంద్రగుప్తుడిని తన మందిరానికి పిలిపించి "పెద్ద ప్రయోజనాల నిమిత్తం ఒక్కొక్కసారి వ్యూహాత్మక నిర్ణయాలు అవసరమవుతాయి" అన్నారు.

గురువుగారి మాటల వెనుక భావం అందక చంద్రగుప్తుడు తికమక పడ్డాడు. సమాధానం అన్నట్లు చాణక్యులు "ఒక పధకం తయారుచేస్తున్నపుడు కొన్ని సమయాలలో మనమే ఆ పధకంలో భాగం కావలసి వస్తుంది."

"అవును ఆచార్యా," చాణక్యుల వారి మనోభావం గ్రహించటానికి ప్రయత్నించుతూ "ఇందుకు నేనేమీ చేయాలో నాకు ఇంకా బోధపడలేదు" అన్నాడు చంద్రగుప్తుడు.

చలించకుండా చాణక్యులు "నువ్వు వివాహం చేసికొనాలని నా కోరిక" అన్నారు.

మామూలుగా వివాహం అనేది సంతోషం కలిగించే శుభవార్త. కాని చాణక్యులవారి ఆదేశం కావటంతో చంద్రగుప్తుడిని ఇరకాటంలో పెట్టింది.

"నీకొక మంచి సంబంధం చూశాను. నువ్వు సెల్యూకస్ కుమార్తెను వివాహమాడాలి."

"శతృవు కుమార్తెనా ? ఏమి ఆదేశం ఆచార్యా!" చంద్రగుప్తుడు ఆఘాతుడైనాడు. తను ఒక మహావ్యూహ రచయిత సమక్షాన ఉన్న విషయం ఆ క్షణాన విస్మరించాడు.

"ఆమె పేరు హెలెన్. ఆమెతో వివాహానికి సంబంధం కుదుర్చుకోవాలి."

"ఆచార్యా ఇది వింతగా ఉన్నది. ఆమెను నేను వివాహమాడటం ఎందుకు? మన దాసిగా, బానిసగా చేసికొనవచ్చు" తన వాదనతో గురువును మెప్పించాననుకున్నాడు చంద్రగుప్తుడు.

దరహాసంతో చాణక్యులు అన్నారు "అందుకే నువ్వు నేర్చుకొనవలసింది ఇంకా చాలా ఉన్నది అనిపించుతుంది నాకు."

గురువు చెప్పబోయేది వినటానికి చంద్రగుప్తుడు తలదించి నిరీక్షించాడు.

"ఆమె యువరాణి .... రాణి అవటానికి సిద్ధం అవుతున్నది. ఆమెను బానిసను చేస్తే ఆమె వివేకం నిరుపయోగం అవుతుంది. అంతకు మించి, శతృవుకు కూడా మర్యాద చూపాలి. శతృవును ఎన్నడూ తక్కువగా అంచనా వేయకూడదని గుర్తుంచుకో!"

చంద్రగుప్తడు "అవును ఆచార్యా! చాలా నిజం. నా శతృవు అతి సులువుగా నా పడకటింటి లోనే నన్ను హతమార్చవచ్చు. వారిని మన రాజ్యంలోకి

ఆహ్వానించి, మన రహస్యాలన్నింటికీ అందుబాటు కలిగించుదాం. మన వేలితో మన కన్నే పొడుచుకుంటాం అని అరవాలనుకున్నాడు.

కాని చంద్రగుప్తుడు నోరు మెదపదలేదు. కారణం, ఎదుట ఉన్న గురువు చెప్పింది సదా నిజమయింది.

తమ చర్చ చంద్రగుప్తుడికి ఏ మాత్రమూ నచ్చలేదని చాణక్యులు గ్రహించారు. మరికొంత నచ్చచెప్పాలి.

"ప్రస్తుతం ఇది దేశానికి అవసరం. రాజు ఎవరిని వివాహం చేసుకున్నాడన్న విషయం మా అందరితో బాటు భావితరాలను కూడా ప్రభావం చూపుతుంది. అది రెండు దేశాలపై - మనదేశం, అలెగ్జాండరు దేశం - ప్రభావం చూపుతుంది."

చంద్రగుప్తుడు వివాహ ప్రతిపాదనను గురించి విరక్తుడుగా ఉన్నా హెలెన్‌ను చూసిన మరుక్షణం అతను సమ్మోహితుడయినాడు. చంద్రగుప్తుడి కళ్లలో మెరుపు గమనించిన ఆచార్యులు "ఆమె అందం, వివేకాల కలపోత" అన్నారు.

ఒక పథకం ప్రకారం ఏర్పాటయిన ఈ కళ్యాణం సెల్యూకస్, హెలెన్‌లతో సహా అందరికీ ఆమోదమైంది. భారతీయ సంస్కృతిలో స్త్రీకి తగిన గౌరవం లభించుతుందని, హెలెన్ భయపడవలసింది ఏమీ లేదనీ వారికి తెలుసు. ఈ వివాహం సఫలమయిన రాజకీయ సంబంధ బాంధవ్యాలలో ఒకటి. అది తరువాతి తరాలకు కూడా ప్రయోజనకారి అయింది. అప్పటి నుంచి గ్రీకులు భారతీయులు సామరస్య సంబంధాలు కలిగి ఉన్నారు. ఆ తర్వాతి యుగం భారతదేశ చరిత్రలో స్వర్ణయుగంగా వాసికెక్కింది. అది సృష్టించటంలో చాణక్యులది కీలకపాత్ర. ప్రతి ఒక్కరి ప్రయత్నమూ సుఖాంతం అయింది.

సూక్ష్మదృష్టి

- వివాహం అనేది వ్యక్తులకూ, వారి కుటుంబాలకూ కూడా ముఖ్యమయిన నిర్ణయం. అది ఇద్దరు వ్యక్తుల కలయికే కాదు రెండు సంస్కృతుల సమ్మేళనం కూడా.
- స్త్రీలను, వారి వివేకాన్నీ ఆదరించండి. రానున్న కాలంలో అది మీ మేలుకే.
- ఏ ప్రమాదమూ కలుగకూడదని, ముందడుగు వేయకపోవటమే అత్యంత ప్రమాదకరం. హెలెన్‌ను ఆ కుటుంబంలోకి ఆహ్వానించటం ద్వారా చంద్రగుప్తుడి క్షేమాన్ని చాణక్యులు పణంపెట్టాలి. కాని ఆ పణం అత్యంత లాభదాయకము.

అధ్యాయం 3

మెదడుకు మేత

ఆచార్య నీతి

మనకు కనిపించే ప్రతి ఒక్క వస్తువూ మనసు సృష్టించినదే. ఈ విశాల విశ్వంలో ఉన్నదంతా రెండుసార్లు సృష్టి అయింది. మొదట మానసికంగా, ఆ తర్వాత భౌతికంగా. ఈ రెండుసార్లు సృష్టి మానవులకు ఒక పెద్దవరం. మనం చేసే ప్రతిపనిలోనూ మరింత సృజనాత్మకంగా, కల్పనాత్మకంగా ఉండవచ్చు.

సృజనాత్మకత అంటే మనసుకు లభించే స్వేచ్ఛ ఒకటే కాదు. ఒక వ్యక్తికి నియమాలు, నిబంధనలతో ఒక యోజన నిస్తే ఆ పరిమితుల నడుమనించి అత్యుత్తమ సృజనాత్మకత తల ఎత్తుతుంది. సృజనాత్మకతకు పరిమితులకు సమతుల్యత కనుగొన్న వ్యక్తి అపారసఫలత సాధించగలరు.

ఇది మనసులో ఉంచుకొని చాణక్యులు వ్యూహాలు రచించటానికి రాజుకు స్వేచ్ఛ ఇస్తూనే నియమాలు విధించారు.

ఆచార్య కథ

'మీకు సమయం దొరికినప్పుడల్లా ఆటలు ఆడండి" ఇది గురుకులంలో విద్యార్థులకు చాణక్యుల ఆదేశం.

మరి ఇప్పుడే చదువు ముగిసింది. సామ్రాట్ చంద్రగుప్త దేశాన్ని పాలించటానికి బాధ్యులు అయినారు. ఆటలాడటానికి కాదు గదా వాటిని గురించి ఆలోచించటానికైనా ఆయనకు తీరిక ఎక్కడిది?

"అది తారుమారు చేయటం అసలయిన విజ్ఞత." చాణక్యులు నవసార్వభౌములకు సూచించారు. "మీరు ఆటలాడినప్పుడే భౌతికంగా

మానసికంగా ఆరోగ్యంగా ఉంటారు. భౌతికంగా ఆడే ఆటలు ఆరోగ్య జీవనానికి నిత్యావసరాలు. అయితే మీరు ఆడవలసిన మానస క్రీడలను నిర్లక్ష్యం చేయకండి."

"ఏ మానసక్రీడతో ?" చంద్రగుప్తుల ప్రశ్న.

"మీ కోసం నేను ఒకటి సృష్టించాను" ఒక చిరునవ్వి చాణక్యులు అన్నారు. "దీనిని చతురంగ అంటారు. ఇది ఒక యుద్ధక్రీడ. ఇందులో ఇద్దరు, క్రీడాకారులు సమానమైన బలగాలతో ఉంటారు. అవే వారి వనరులు.

చాణక్యులు ఒక మంత్రిచేత ఆటవస్తువులు తెప్పించారు. బల్లమీద పావులన్నీ అమర్చిన తర్వాత, (తను ఏర్పరచి నియమాల ప్రకారం), ఆయన చెప్పసాగారు "ఈ సేనలలో నాలుగు విధాల బలగాలు ఉంటాయి. రథము మీద నుంచి యుద్ధం చేసేవారు, అశ్వికులు, ఏనుగుల మీది నుంచి యుద్ధం చేసేవారు, కాల్బలము. కనుకనే దీనిని చతురంగ (సేన యొక్క నాలుగు అంగాలు) అన్నారు." సేనలో అవసరమైన బలాలు అన్నింటినీ ఆ ఆటలో చేకూర్చారు.

రెండు వైపులా రథాలు, గుర్రాలు, ఏనుగులు, కాల్బలము సమానంగా ఉంటాయి. ఎవరి పట్ల పక్షపాతము, మేలు అనేవి ఉండవు."

చంద్రగుప్తుడికి ఇదంతా చాల వింతగా ఉన్నది. "ఆచార్యా, రెండు బలగాలు సరిసమానమయినపుడు పోరు ఎవరు గెలుస్తారు?"

"దానికి ఒక లెక్క ఉన్నది...." చాణక్యులు గంభీరంగా అన్నారు.

"లెక్క ?" చంద్రగుప్తుడి ఆశ్చర్యం.

"అవును. ఏ సేన మెరుగయిన వ్యూహం పన్నగలదో వారిదే విజయం."

ఒక క్షణకాలం నిశ్శబ్దం. ఆ యుద్ధనీతి విశారదులు చెప్పసాగారు. "మన జీవితాలనే ఉదాహరణగా తీసికొంటే భగవంతుడు మన అందరి పట్లా సమభావం చూపాడు. ఒక దేహము కొంత మౌలిక వివేకము ఇచ్చి సమాన

అవకాశం ప్రసాదించాడు. అయితే జీవితంలో అందరిలోను కొందరు మాత్రమే ఎందుకు సఫలరు అవుతారు అన్నదే ఆశ్చర్యం. ఆ పరమాత్మ ప్రసాదించిన కానుకలను ఎలా వినియోగించుతారు అన్న దానిలో జవాబు ఇమిడి ఉన్నది. మనం వాటిని వినియోగించుతామా, వినియోగించమా వినియోగించితే అది సద్వినియోగమా, దుర్వినియోగమా అన్నదే కీలకం."

తన శిష్యుడికి మరికొంత సూక్ష్మదృష్టి కలిగించే ప్రయత్నంలో ఆ తత్త్వవేత్త చెప్పసాగారు. "మనకు ఉన్నది భగవంతుడి వరం. మనకు ఉన్నదానితో మనం ఏమి చేస్తామనేది పరమాత్మకు మన సమర్పణ." తిరిగి ఆటవైపు దృష్టిసారించుతూ ఆయన "యుద్ధం కూడా ఒక తత్త్వం అనే విషయం మర్చిపోకు. అక్కడ నిబంధన ఏమిటంటే ఒక వ్యక్తి ఒకసారి ఒక ఎత్తు మాత్రమే వేయవచ్చు."

"ఒకేసారి అన్ని ఎత్తులు వేయాలంటే?" చంద్రగుప్తుడి ప్రశ్న.

"అది వీలు లేదు." చాణక్యుల దృఢ సమాధానం.

"ఇక్కడ ఆట ముగించి యుద్ధం గెలవటం కాదు ముఖ్యం. అంతకంటె ముఖ్యంగా ప్రత్యర్థి వేసే ప్రతి అడుగు గమనించటం అత్యవసరం. నువ్వు వేసే ప్రతి ఎత్తుకు ప్రత్యర్థిపై ఎత్తు ఎలా ఉంటుందా అని ఆలోచించి వేయాలి. ఇక్కడ ఆలోచన అతి ముఖ్యం."

చంద్రగుప్తుడిలో అవగాహన వికసించగా "అంటే ప్రత్యర్థి వేయగల ఎత్తుపై ఎత్తుల ప్రస్తారణ, కలయికల సమారోహం అన్నమాట. అవకాశాల అనంతం."

చాణక్యుల ముఖంలో ఆనందం వెల్లి విరిసింది. ఆ ఆట సృష్టించటానికి తను వెచ్చించిన శ్రమ సఫలం కాబోతున్నది." అవును, ఈ ఆట అంతా ఆలోచనే. ఆలోచనను గురించి ఆలోచనామయం."

ఆయన ఆటలో మిగతా నిబంధనలు, ఎత్తులు వివరించి ఎవరు గెలిచారనేది ఎలా నిర్ణయించాలో చెప్పారు. ఆయన వివరాలన్నీ ఏకరువు పెడుతుంటే చంద్రగుప్తుడు స్థిరంగా వినలేకపోయినాడు. "ఒకరు విజేతగా

నిలవవలెనంటే చివరికి ఏమి చేయాలి?" ప్రత్యర్థి రాజును హతమార్చటమేనా!" అని అడిగాడు చివరకు.

చాణక్యులు గుండెల నిండా నవ్వారు. "ఆ ఆట అందమంతా అక్కడనే ఉన్నది. ప్రత్యర్థి రాజును తప్ప మిగతా అందరినీ చంపవచ్చు. ఆయనను ఎన్నడూ చంపకూడదు. ఆయనను ఓడించవచ్చు. కాని చంపకూడదు."

"ఎందుచేత ?" చంద్రగుప్తుడి ఉత్కంఠమయ ప్రశ్న తన విద్యార్థి ఆ విషయం అర్థం చేసికొనాలంటే అతను ఆట నేర్చుకొని ఆడాలని ఆయనకు అవగతమయింది. ముక్కుసూటి సమాధానం వాయిదా వేస్తున్నట్లు చాణక్యులు తాంత్రికంగా "నిబంధనలు, మహారాజా .... నిబంధనలు ...." అన్నారు.

ఆ రణక్రీడను చంద్రగుప్తుడు పరిశీలించి పరిశోధించటానికి ఆయనను విడిచివెళ్లారు. వెళ్లే ముందు "ఇది కేవలం ఒక ఆట మాత్రమేనని గుర్తుంచుకో. అసలైన యుద్ధం వచ్చినపుడు ఆటలు కట్టిపెట్టి దండెత్తు." అని ఆదేశించారు.

చంద్రగుప్తుడు ఆయన వైపు అయోమయంగా చూశాడు. చాణక్యులు నవ్వుతూ అన్నారు. "ఇది ఒక మేధా క్రీడ. అసలు యుద్ధానికి నీ సృజనాత్మకతను సంసిద్ధం చేసే మేధామధనం మాత్రమే."

సేనలోని చతురంగ బలాలు – రధ, గజ, తురగ పదాతులతో సమకూర్చిన ఆట చతురంజ్‌గాను 'చెస్'గాను నామాంతరం పొందింది. ప్రపంచంలో తొలి రణక్రీడ ఇక్కడే ఈ భారతావనిలో జన్మమెత్తింది. ప్రపంచ వ్యూహాత్మక, సృజనాత్మక యోచనకు భారతీయ సంస్కృతి సహకారం. కనుకనే చాణక్యులు 'వ్యూహపిత' అయినారు.

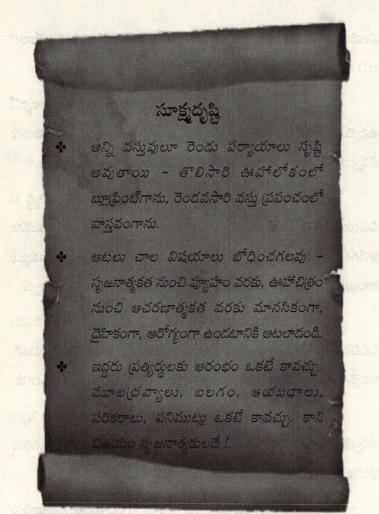

సూక్ష్మదృష్టి

* అన్ని వస్తువులూ రెండు పర్యాయాలు సృష్టి అవుతాయి - తొలిసారి ఊహాలోకంలో బ్లూప్రింట్‌గాను, రెండవసారి వస్తు ప్రపంచంలో వాస్తవంగాను.

* ఆటలు చాల విషయాలు బోధించగలవు - సృజనాత్మకత నుంచి వ్యూహం వరకు, ఊహాచిత్రం నుంచి ఆచరణాత్మకత వరకు మానసికంగా, దైహికంగా, ఆరోగ్యంగా ఉండటానికి ఆటలాడండి.

* ఇద్దరు ప్రత్యర్థులకు ఆరంభం ఒకటే కావచ్చు. మూలద్రవ్యాలు, బలగం, ఆయుధాలు, పరికరాలు, పనిముట్లు ఒకటే కావచ్చు. కాని విజయం సృజనాత్మకులదే!

అధ్యాయం 4

రెండు దీపాలు

ఆచార్య నీతి

అవినీతి అధికారంతో జటిలంగా ముడిపడి ఉంది. అది అనేక అవతారాలు ఎత్తవచ్చు గాని ఆర్థిక అవినీతి ప్రఖ్యాత అవతారం. కుటుంబ ప్రయోజనం కొరకు, ఇతర అధికారులతో పరస్పర ప్రయోజనాల కోసం అధికార దుర్వినియోగం వంటి అవినీతి అవతారాలు ఉన్నాయి.

మరి నైతిక దుష్ప్రవర్తన మాట ఏమిటి? నిజాయితీ, శీలం లేని నైతిక దుర్నీతిపరుడు సమాజానికే చేటు. నైతిక విలువలు గౌరవించే వ్యక్తి తన పరిసరాలలో ఉన్న వ్యక్తులకు అద్భుతాలు సృష్టించగలరు. ఆధ్యాత్మిక వ్యక్తి విరక్తుడు, స్వప్రయోజనాలు లేనివాడు గనుక ఆయనే అసలైన నీతిపరుడు.

చాణక్యులు అటువంటి వ్యక్తులలో ఒకరు. అధికారంలో ఉన్నా అది ఆయనను కలుషితం చేయలేదు. కనుకనే ఆయన ఎంత అధికారంలో ఉన్న పెద్దలనైనా తన పాటకు తాళం వేయించగలిగారు. ఈ పరిస్థితికి ఎన్నడూ తిరుగులేదు.

ఆచార్య కథ

ధనికుడయిన ఒక వర్తకుడికి చాణక్యులను గురించి తెలిసింది. వారు అమలులోనికి తెచ్చిన కొత్త పన్ను విధానాలు ఆయనకు చాలా నచ్చినవి. అవి అందరు వర్తకులు, వ్యాపారవేత్తలు, వాణిజ్య సంఘాలకు ఆమోదమయినవి. కనుక ఆయన ఆచార్యులను వ్యక్తిగతంగా కలిసి తమ ధన్యవాదాలు తెలియజేయాలనుకున్నారు.

ఇటీవల చాణుక్యులవారు ఒక ప్రభుత్వ యోజనలో నిమగ్నులయి ఉన్నారని తెలిసికొన్నాడు. అంతర్జాతీయ సంబంధాలపై ఆయన ఒకవిధానం తయారు చేస్తున్నారు. ఆయన తయారు చేస్తున్న 'మండల' సిద్ధాంతం దేశగతినే మార్చబోతున్నదని వినికిడి.

వణిక్ప్రముఖులు చాణక్యులతో దర్శనం ఎలాగో సంపాదించాడు. ఉదయం పూట అనేక వ్యాపకాలతో వీలుకాదని సాయంత్రం ప్రొద్దు విడిచిన తర్వాత రావలసిందిగా ఆయన కబురు వెళ్లింది.

చాణక్యుల అతిసామాన్యమైన చిన్న పర్ణశాల చూసి ఆ వణిక్ప్రముఖులు అవాక్కు అయినారు. భారతదేశాన్ని ప్రపంచంలో అత్యంత సంపన్నదేశం చేయాలని నడుంకట్టిన ఈ మహనీయుడి *జీవితశైలి ... ఎంత సరళం, నిరాడంబరత, నమ్రత !"*

భారతసార్వభౌముడిని సృష్టించిన రాజస్రష్ట ఇంత సరళమయిన పర్ణశాలలో నివసిస్తారంటే తన మాజీ మిత్రులు తనను నమ్మకపోగా గేలి చేయవచ్చు నని ఆ వణిక్ప్రముఖుడి భావన. ఆయన తనలో తనే నవ్వుకున్నాడు.

లోపల చీకటిగా ఉన్నది. తడుముకుంటూ ఆ వణిక్ప్రముఖుడు లోపలికి చేరేసరికి అక్కడ చాణుక్యులు ఏవో ముఖ్యమయిన పత్రాల పరిశీలనలో నిమగ్నులై ఉన్నారు. చాణక్యులు ఆవణిక్ప్రముఖులను సాదరంగా ఆహ్వానించి "అయ్యా దయచేసి కూర్చొండి. ఇది పూర్తి చేస్తే మీరు వచ్చిన పని మీద పూర్తి ధ్యాసపెట్టగలను" అన్నారు.

వణిక్ప్రముఖులు చాణుక్యుల స్వరంలోని ఆదరంతో ఆనంద భరితులయారు. ఆ స్వరంలో ఆహ్వానం, ఆదరం, ఆప్యాయత, అణకువ, అన్నీకలబోసి ఉన్నవి. ఒక ఐతిహాసిక మహనీయుడి సన్నిధిలో ఉండటమే అతని ఆనందాతిరేక హేతువైంది. చాణక్యులవారు సంపూర్ణ ఏకాగ్రతతో పనిచేస్తుంటే చూడగలగటమే ఒక మహాభాగ్యం. అలా చూస్తూనే ఆ వణిక్ప్ర ముఖుడు ధ్యానావస్థలోకి వెళ్ళిపోయాడు.

చాణక్యుల స్వరం తట్టే వరకు ఆయన కాలాతీత స్థితిలోకి వెళ్లిపోయాడు. "కోశాధికారి లెక్కలో పొరపాటుకు కారణం ఎవరో తెలిసింది. రేపు

రాజాస్థానంలో వాడి అంతు తేలుస్తాను.” పుస్తకాలు మూసివేస్తూ అన్నారు చాణక్యులు. “ఒక్క క్షణం ....” చాణక్యుల అభ్యర్థన.

ఆయన అంతవరకూ ఒక నూనె దీపం వెలుగులో పనిచేస్తున్నారు. ఆయన ఆ దీపం ఆర్పి మరొక దీపం ఆ స్థానంలో అమర్చారు. రెండు దీపాల ఆకారం, పరిమాణం, వెలుగు అంతా ఒకటిగానే ఉన్నవి. వణిక్ప్రముఖులు అయోమయంలో పడ్డారు.

చాణక్యులు అన్నారు “వర్తకులు, వ్యాపారస్థులు బేరగాళ్లు అంటే నాకు అంత నచ్చదు. వారిలో దాదాపు అందరూ అవినీతిపరులు, అవినీతిపరులయిన ప్రభుత్వ అధికారులను ప్రోత్సహిస్తారు.”

ఇది ఆ వణిక్ప్రముఖులకు చిన్న అఘాతం అయింది. చాణక్యుల వారి ఉద్దేశ్యం ఆయనకు బోధపడలేదు. చాణక్యులు నవ్వుతూ “భయపడకండి. మీరు ఆ కోవలోని వారు కారు” అన్నారు.

ఆయన తన బల్లమీద ఉన్న కాగితంఒకటి చేతిలోకి తీసుకున్నారు. “తమకు అనుకూలంగా నా ఆలోచనలు మళ్లించే ఉద్దేశంతో చాలామంది వర్తకులు నన్ను కలుసుకోవటానికి ప్రయత్నిస్తూ ఉంటారు. కాని నేను వారికి ఆ అవకాశం ఇవ్వను. ఈ జాబితా చూశారా ఇది వర్తకుల-నీతిపరులు, అవినీతిపరులు అందరూ - జాబితా. మీ పేరు తొలివారిలోనే ఉన్నది. అంతేకాదు సాలీనా పన్ను చెల్లించే వారిలో మీరే అందరికంటే ఎక్కువ పన్ను చెల్లించేవారు.”

జీవితంలో తొలిసారిగా నిజాయితీ విలువ తెలిసి వచ్చింది ఆ వణిక్ప్రముఖులకు. “మీ అనుగ్రహ వాక్యాలకు ధన్యవాదాలు. ఆర్యా !” తన హృదయాన్ని తాకిన ఆ మాటలకు వణిక్ప్రముఖుల కృతజ్ఞత. కొన్ని క్షణాల నిశ్శబ్దం తర్వాత ఆయన “ఆచార్యా, నేను రెండు అభ్యర్థనలతో వచ్చాను. మొదటిది ఆరోగ్యకరము, న్యాయము, లాభసాటి ఆయన వ్యాపారానికి తమ సలహా. రెండవది. నా బిడ్డ కళ్యాణానికి తమకు ఆహ్వానం” అన్నాడు.

“రెంటికీ సరే.” చాణక్యుల సూటి సమాధానం. ఇద్దరి నడుమ ఒక అవగాహన ఏర్పడింది. విలువైన ఆర్థిక విధానాలకు వివేకవంతులయిన వ్యక్తులు

అభిప్రాయాలు పరస్పరం తెలుపుకోవాలని చాణక్యుల నమ్మకం. అదే వారిద్దరూ చేశారు.

వారు విడిపోతున్నపుడు వణిక్ప్రముఖులు ఒక చివరి ప్రశ్న అడిగాడు. "ఆచార్యా, నాతో మాట్లాడబోయేముందు ఆ దీపం ఎందుకు మార్చారు ?"

"మొదటి దీపంలోని నూనె ప్రభుత్వం ఇచ్చింది కనుక అది ప్రభుత్వ కార్యక్రమాలకే పరిమితం. ఈ దీపంలోని నూనె నా స్వంత సొమ్ముతో కొన్నది. కనుక నా స్వంత పనికి వినియోగించవచ్చు. చాణక్యుల ఉపసంహారం. "రెంటినీ నేనెన్నడూ కలపను"

"నిజాయితీకి ఇంతకు మించిన దృష్టాంతం ఎక్కడ దొరుకుతుంది?" వణిక్ప్రముఖుల ఆలోచన.

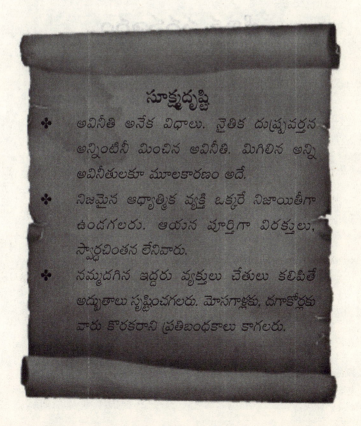

సూక్ష్మదృష్టి

- అవినీతి అనేక విధాలు. నైతిక దుష్ప్రవర్తన అన్నింటినీ మించిన అవినీతి. మిగిలిన అన్ని అవినీతులకూ మూలకారణం అదే.
- నిజమైన ఆధ్యాత్మిక వ్యక్తి ఒక్కరే నిజాయితీగా ఉండగలరు. ఆయన పూర్తిగా విరక్తులు, స్వార్థచింతన లేనివారు.
- నమ్మదగిన ఇద్దరు వ్యక్తులు చేతులు కలిపితే అద్భుతాలు సృష్టించగలరు. మోసగాళ్లకు, దగాకోర్లకు వారు కొరకరాని ప్రతిబంధకాలు కాగలరు.

అధ్యాయం 5

జీవిత పరమార్థం

ఆచార్య నీతి

కుటుంబమే ఒక వ్యక్తికి అత్యంత బలీయమైన ఊతం. అతని ఉనికి కుటుంబము మీదనే ఆధారపడి ఉన్నది. తన కుటుంబం - తల్లిదండ్రులు, సహోదరులు, పితామహి, పితామహులు. చిన్నాయనలు, పిన్నమ్మలు, ఇతర కజిన్స్ - వలననే అతను ఒక వ్యక్తిగా గుర్తించబడుతాడు. అతను పెరిగి పెద్దవాడవుతుంటే అతనికి గుర్తింపుకూడా పెరుగుతుంది. అతనికి ఇంటిపేరు అంటూ ఒకటి ఏర్పడుతుంది.

ఆ తర్వాత అతనికి పెళ్ళి అయినపుడు తనదంటూ ఒక కుటుంబం - భార్య, పిల్లలు, పిల్లల పిల్లలు - అలా అలా పెరిగి పెద్దదవుతుంది. కనుక అతని ఉనికి పూర్తిగా అతని కుటుంబం మీదనే ఆధారపడి ఉంటుంది.

తను ఏ కుటుంబంలో జన్మించుతాడో ఎంచుకునే అవకాశం ఎవరికీ లేదు. కాని తను పెళ్ళి చేసుకోవాలా వద్దా, తనదంటూ ఒక కుటుంబం కావాలా వద్దా అనేది వ్యక్తిగత అభీష్టం.

ఆచార్య కథ

చాణక్యులకు తనదంటూ కుటుంబం ఏమీ లేదు. కాని ఆయన వ్యక్తిగత జీవితం, వివాహాన్ని గురించి ఆయనను అడిగే ధైర్యం ఎవరికీ లేదు.

చాణక్యుల బాల్యమిత్రులు ఒకరు పొరుగు రాజ్యంలో అమాత్యులు. చాణక్యులకు ఒకనాడు ఒక సందేశం పంపించారు.

"గురుకులంలోని మేమంతా చిన్ననాటి నించీ నిన్ను ఆరాధనా పూర్వకంగా మెచ్చుకునేవారం. ప్రస్తుతం భావితరాలను రూపు దిద్దుతున్న మహాబలిగా ఆరాధిస్తున్నాము. మీ పొరుగు రాజ్యంలో నేను ఒక అమాత్యుడినని నీకు తెలిసే ఉంటుంది. రాబోయే వార్షిక తత్త్వశాస్త్ర, రాజనీతి సమావేశానికి నిన్ను ఆహ్వానించటం మాకు ఆదరం.

నువ్వు మా విశ్వవిద్యాలయానికి వచ్చి జాతినిర్మాణంపై నీ దృక్పథాన్ని వెల్లడించుతూ ప్రసంగించాలి. అది మా విద్యార్థులకుల బహు ప్రయోజనకారి అవుతుంది. అంత కంటె ముఖ్యంగా మా ఇంట్లో మా అతిథిగా ఉండాలి. మా కుటుంబం అంతా, ముఖ్యంగా మా పిల్లలు నిన్ను ఆరాధిస్తారు. వారు నిన్ను గురించి మాట్లాడకుండా ఒక్కనాడు గూడా గడవదు. నా మిత్రుడిగా, సహగురువుగా మా రాజుగారి తరఫున నా యీ ఆహ్వానం మన్నించుతానని ఆశిస్తాను."

చాణక్యులకు ఆహ్వానాలు అసంఖ్యాకంగా వస్తూ ఉంటాయి. వాటిలో ఇది ప్రత్యేకం. మిత్రుడి ఆహ్వానాన్ని చాణక్యులు కాదనలేకపోయినారు.

అనుకున్న నాటికి చాణక్యులు మిత్రుడి రాజాస్థానానికి చేరుకున్నారు. విశ్వవిఖ్యాతి చెందిన చాణక్యులు తన రాజ్యం వచ్చినందుకు రాజుగారు తనకే గౌరవం కలిగినట్లు భావించారు.

సుదీర్ఘ విద్యాగోష్ఠి తర్వాత చాణక్యులు విశ్వవిద్యార్థులతో వారి ప్రశ్నలకు సమాధానాలు ఇస్తూ గడిపారు. ఆనాటి కార్యక్రమం ముగిసిన తర్వాత తన మిత్రుడితో కాలక్షేపం చేయటానికి, ఆయన రాజాస్థానం నిష్క్రమించారు. అక్కడ కూడా ఆయనను దర్శించటానికి అనేకులు వచ్చారు. చివరికి రాత్రి భోజనాలు ముగిసిన తర్వాత మిత్రుడి కుటుంబంతో గడపటానికి కొంత వ్యవధి దొరికింది. మిత్రుడి భార్య, బిడ్డలు, తల్లిదండ్రులతో ఆయన చాలసేపు సంభాషించారు. బాల్యంలో ఆయన తన మిత్రుడి ఇంటికి వెళ్ళినపుడు మిత్రుడి తల్లిదండ్రులు తనకు షడ్రుచుల భోజనాలు విందు చేసేవారు.

చివరికి ఇద్దరు మిత్రులకు ఏకాంత సమయం దొరికింది. వారికి తోచిన ప్రతి విషయమూ, గురుకులంతో తమతో చదివిన వారి వివరాలతో సహా ముచ్చటించారు. అప్పుడు ఆ మిత్రుడు ఆసక్తితో "విష్ణూ, నువ్వు పెళ్లి ఎందుకు చేసుకోవు ?" అని అడిగాడు.

ఇది అడగటానికి అటువంటి మిత్రుడు మాత్రమే ధైర్యం చేయగల ప్రశ్న. ఆ మిత్రుడు తన ప్రశ్నకు కారణాలు వివరించాడు. "సరయిన తోడు దొరికితే పెళ్లి చేసుకొనటం తప్పేమీ కాదు. నన్ను చూడు, చక్కని కుటుంబంతో ఎంత ఆనందంగా ఉన్నానో ! ఆ మాటకు వస్తే మన ఋషులు ఎందరో వివాహం చేసుకున్నారు."

ఆ విషయం మీద ఇంతకాలంలో చాణక్యులు తొలిసారి మాట్లాడవలసిన అవసరం కలిగింది. ఆయనకు తెలిసిన ఒకే ఒక స్త్రీ, ఆయన తల్లి, చాలాకాలం క్రితమే గతించింది.

"నేను వివాహానికి వ్యతిరేకిని కాను. కాది అది నా వంటికి పడదు."

"ఏం ? ఎందుకని విష్ణూ?"

"నాకు వివాహమయింది...." చాణక్యుల జవాబు.

"ఏమిటీ!" ఆయన మిత్రుల ఆశ్చర్యం!

చాణక్యులు చెప్తున్నారు. "దేశనిర్మాణము, ప్రజా సంక్షేమంతో నాకు వివాహమయింది." మాటల కూర్పులో చాణక్యులు అసమానులని ఆ మిత్రుడి జ్ఞాపకం కదిలింది.

"కావచ్చు. పెళ్లి చేసుకుని నీ ధ్యేయమూ, లక్ష్యమూ సాధించకూడదా?"

"అవును, నిజమే. అది సాధ్యమే. కాని నేను ఆ బాటన పోదలచలేదు. అది నా వ్యక్తిగత నిర్ణయం."

ఆయన మిత్రులకు ఆ సమాధానం నచ్చలేదు. ఆయన వదలలేదు. "అది కాదు. నువ్వు పెళ్లి చేసుకొనటానికి అంతకు మించిన కారణం ఉండాలి."

ఆ మహా మహోపాధ్యాయుల సమాధానం చటుక్కున వచ్చింది. "నా ఏకాగ్రత కోల్పోవటం నాకిష్టం లేదు. వివాహం అనేది బాధ్యత. అక్కడ ఆషామాషీగా వ్యవహరించటం నాకు ఇష్టం లేదు."

ఒక క్షణం విరామం తర్వాత ఆయన "అంతే కాదు బహుశ అది నాకు రాసిపెట్టి లేదేమో! లేదా నన్ను వివాహమాడటం ఎవరికీ ఇష్టం లేదేమో! లేదా ఆ పరమాత్మ నా విధి వేరుగా వ్రాశాడేమో!"

"చాలించు విష్ణూ! ఇక నాటకం కట్టిపెట్టు" మిత్రులిద్దరూ నవ్వుకున్నారు. "నీకు ఇష్టం లేకపోతే పెళ్ళి చేసికొనవద్దు" చాణక్యుల కారణాలకు సమ్మతించుతూ ఆయన మిత్రులు అన్నారు.

ఇద్దరు మిత్రులు ఇష్టాగోష్టిలో ఇక తెల్లవారదేమో నన్నంతగా మునిగిపోయారు. కాని చాణక్యులను గురించి ఆయన మిత్రులు ఒక విషయం గ్రహించారు. ఆయన జీవిత పరమార్థ సాధనలో పరధ్యానానికి తావులేదు. ఆయన సంపూర్ణ అవిభాజ్య ధ్యాస లక్ష్యం వైపే.

జీవిత పరమార్థం

89

సూక్ష్మదృష్టి

❖ ఒక వ్యక్తి ఎంతగొప్పవాడైనా, అతను స్వేచ్ఛగా మనసు విప్పి మాట్లాడటానికి మరొక వ్యక్తి ఉంటాడు.

❖ వివాహం అనేది ఒక అద్భుత అలౌకిక సంబంధం, కాని వ్యక్తిగత నిర్ణయం.

❖ మహనీయులకు వారి జీవిత పరమార్థం స్పష్టంగా తెలుసు. వారు అందుకోసమే జీవిస్తారు. మిగిలిన వారందరూ జీవితానికి పరమార్థం అంటూ ఉన్నదా అన్న ఆశ్చర్యంలోనే జీవితం గడిపివేస్తారు.

అధ్యాయం 6

చాణక్యుల రాజోత్తముడు

ఆచార్య నీతి

ఈ ప్రపంచంలో రాజులూ ఉన్నారు, రాజోత్తములు ఉన్నారు. రాజు అయిన వారంతా ఆదర్శనేతలు కారు. కొందరు బలహీనులు, మరికొందరు అవినీతిపరులు, ఇంకా కొందరు క్రూరులు, మరికొందరేమో ఏ నేత లక్షణమూ లేని నామకః రాజులు.

ఒక సంస్థ, రాజ్యం లేదా దేశము యొక్క అదృష్టం వారి నాయకుడి మీద ఆధారపడి ఉంటుంది. ఒక మంచి పాలకుడు తన ప్రజలను ఉత్తేజపరిచి మార్పులు తేగలిగితే ఒక దుష్పాలకుడు తెరిచి ఉన్న తలుపులు మూయగలడు.

చాణక్యులకు ఈ విషయం బాగా తెలుసు. మన శాస్త్రాలలో చెప్పిన నాయక లక్షణాలన్నీ ఆయన క్షుణ్ణంగా అధ్యయనం చేశారు. అంతకు పూర్వ ఆచార్యుల అర్థశాస్త్ర రచలన్నీ శోధించి తనదైన పరిపాలనా విధానాన్ని రూపొందించారు.

చంద్రగుప్తుడిని కేవలం ఒకరాజుగా గాక ఆదర్శవంతుడయిన రాజుగా తీర్చిదిద్దాలని చాణక్యుల కోరిక. అంతక్రితం ఆయన తన విద్యార్థులతో 'రాజర్షి' అన్న భావన మీద ప్రసంగించటం తరచు వినబడుతూ ఉండేది. ఇప్పుడు చంద్రగుప్తుడు సింహాసనం అధిష్ఠించాడు గనుక అతను కేవలం ఒక రాజు గాక ఒక నాయకుడు అవటంలోని విశిష్టత అర్థం చేసికొనాలనేది చాణక్యుల ఆకాంక్ష.

ఆచార్య కథ

ఒకసారి చర్చలో చాణక్యులు హఠాత్తుగా "ఆదర్శవంతుడైన రాజు ఏమి ఆపేక్షించుతాడో తెలుసా?" అని చంద్రగుప్తుడిని ప్రశ్నించారు.

తన గురుకుల వాసం గుర్తు చేసుకుంటూ "రాజర్షి" అన్నాడు చంద్రగుప్తుడు.

"ఎలాగో తెలుసా?"

చంద్రగుప్తుడు మౌనం వహించాడు. ఎలా ఈదాలో పాఠాలు మాత్రం నేర్చుకున్న వ్యక్తిని హఠాత్తుగా నీటిలోకి తోసి "ఈదటం ఎలాగో తెలుసా?" అని అడిగినట్లున్నది. అతనికి సమాధానం తెలియదన్న విషయం చంద్రగుప్తుడి ముఖమే చెబుతున్నది. రాజోద్యానవనంలో విహరిస్తూ "మన సంప్రదాయంలో పలువిధాల రాజర్షులు ఉన్నారు. తెలుసా?" అన్నారు చాణక్యులు.

"ఆచార్యులు ఇప్పుడు శిక్షణ ఇవ్వబోతున్నారా?" చంద్రగుప్తుడి మనసులో ఆశ్చర్యం.

గురువుగారు కొనసాగించారు. "రాజుగా ఆరంభమై విద్వాంసులయిన పాలకులున్నారు, తాము విద్వాంసులు గనుక రాజులయిన పాలకులూ ఉన్నారు."

సమర్థులయిన గురువులు ఉదాహరణలతో బోధించుతారు. చాణక్యులు ఆ దారితప్పలేదు. "రామాయణంలో సీతాదేవి తండ్రి జనక మహారాజు రెండవ కోవకు చెందిన రాజర్షి. ఆయన రాజదుస్తులలో ఉన్న ఋషి."

అవును. జనకమహారాజు ఆదర్శపాలకులుగా ప్రముఖ ఉదాహరణ చంద్రగుప్తుడి యోచన.

మరొకరు మహారాజ జీవితం అనుభవించే ఋషి – సింహాసనం అధిష్ఠించి నందువల్ల తన వివేచన జ్ఞానం కారణంగా, ఆయన సుఖసంతోషాల నడుమ జీవించినా, శాస్త్రోక్తంగా జీవించుతారు.

అటువంటి రాజు చంద్రగుప్తుడి ఆలోచనా పరిధిలో కనిపించలేదు.

చాణక్యులు చెబుతున్నారు. “ఇటువంటి ఋషి రాజుకు మార్గదర్శకులు. ఆయన చాలశక్తిమంతుడు. పదవిలో ఉన్న మహారాజును కూడా రాజ్యభ్రష్టుడిని చేయగలరు. ఆయన తొలుత ఋషి, ఆ తర్వాతే నిర్వాహకులు కనుక అటువంటి రాజకీయానికి ఆయన అతీతులు.

తను రాజును గురించి కాక తన ఎదుట ఉన్న రాజస్రష్టను గురించి ఆలోచించి ఉండవలసిందని చంద్రగుప్తుడు అప్పుడు అర్థం చేసుకున్నాడు. ఆయన దేశ సార్వభౌమాధికారానికి కేంద్రం అయి కూడా ఋషి! ఆయన సలహా కోసం ప్రపంచం నలుమూలల నుంచీ రాజులు వస్తారు.

చాణక్యులు చెప్పటం పూర్తికాలేదు. ఆయన తన శిష్యుడిని ప్రశ్నించారు. “ఈ రెండు విధాల రాజర్షుల మధ్య ఉన్న సామ్యం ఏమిటి?”

గురువు తానే సమాధానం చెప్పారు. “పూర్తి నిర్లిప్తత. వారి చేత ఉన్న అసామాన్య అధికారానికి వారికి పూర్తి బంధనశూన్యత. అన్నింటిని మించిన పరమోన్నతశక్తి ఒకటి ఉన్నదని వారికి తెలుసు. భగవంతుడు సర్వశక్తి యుతుడు - మనకు ఉన్న శక్తి ప్రదాత ఆయనే.”

మర్నాడు రాజాస్థానంలో కార్యక్రమం ఆరంభానికి సిద్ధం అవుతున్నది. చంద్రగుప్తుడు సాధారణంగా సమయపాలన పాటిస్తాడు. రాజాస్థానానికి సరయిన సమయానికి వస్తాడు. కాని ఆనాడు తనకంటె ముందు అక్కడ ఆచార్యులను చూసి ఆశ్చర్యపోయినాడు. ఆనవాయితీ ప్రకారం రాజుగారు గురువుకు స్వాగతం పలకాలి. కాని ఈనాడు గురువుగారు రాజుకంటె ముందర వచ్చారు. ఆయన తక్షణం వేగంగా ప్రవేశించి ఆచార్యులకు ప్రణామం చేశారు.

“ఈ రోజు ఒక ప్రత్యేక బహుమతి.” చాణక్యులు అన్నారు. సభలో అందరికీ ఆశ్చర్యం.

“ఆచార్యా, మీరు ఏమి ఇచ్చినా నాకు అది శుభాశీస్సే అవుతుంది” రాజు నమ్రతా మయ సమాధానం.

“నీ మందిరానికి వెళ్లు నీ బహుమతి అక్కడ కనిపించుతుంది. అది నువ్వు ఉపయోగించాలి.?” చాణక్యులు ఆదేశించారు.

చంద్రగుప్తుడు తన శయనాగారానికి వెళ్లినపుడు ఒక మూతవేసిన బంగీ కనిపించింది. అది తెరిచి చూడగా ఆయనకు ఆఘాతం కలిగింది. అవి మామూలు నూలుతో చేసిన సాధారణ వస్త్రాలు.

వీటిని వెంటనే ఉపయోగించుమని ఆచార్యుల ఆదేశం. అంటే నేను ఇప్పుడు ధరించాలా?

చంద్రగుప్తుడు నిరాశ చెందాడు. ఆయన అభిరుచి గల వ్యక్తి. ఆయనకు ఆడంబరము, సుఖము కావాలి. ఆయన రాజవస్త్రాలు అతినాణ్యమయిన నూలుతో, నిపుణులయిన నేతగాళ్లచేత చేయబడి, అత్యంత నిపుణులయిన వస్త్ర శిల్పుల చేత కుట్టబడినవి. ఆయన దుస్తులు ఊరికే అందం. మరి ఇప్పుడు, ఇవా?

అప్పుడే ఒక భటుడు వచ్చి "మహారాజా, ఈ దుస్తులు ధరించి తమరు సభకు రావాలని ఆచార్యుల ఆదేశం. అందరూ తమరాక కోసం ఎదరుచూస్తున్నారు."

"ఎలా? రాజునైన నేను వీటిని ధరించాలా? అసంభవం !" చంద్రగుప్తుడు నిజంగానే ఆగ్రహావేశాయత్త చిత్తుడయినాడు.

కాని ఆయనకు వేరే మార్గం లేదు. ఆయన రాజసభలో ప్రవేశించుతుండగా భటులు ఆయనను సామాన్యుడిగా పొరబడి అడ్డగించారు తీరా సభలో ప్రవేశించిన ఆయనకు మరో ఆఘాతం ఎదురైంది. చాణక్యులు సింహాసనం మీద!

"ఒకనాటికి నేను రాజును. నువ్వు సామాన్యుడివి. వెళ్లి వెనుక వరుసలో కూర్చో!" రాజసం ఉట్టిపడే ఆదేశం !

చంద్రగుప్తుడికి జీవితంలో అంతకుమించిన తలవంపులు కలుగలేదు. కాని గురువు మీది విశ్వాసంతో ఆయన పట్టుదలతో ఆ ఘట్టాన్ని నిభాయించాడు. రోజు ముగిసి తన మందిరానికి వెళ్లినపుడు మరొక బంగీ ఉన్నది. అది విప్పి చూసి ఆయన మరింత ఆశ్చర్య పోయాడు. అవి నూతన వస్త్రాలు. చంద్రగుప్తులకు ఇష్టమయిన రంగులో, డిజయిన్‌లో ఆయన అభిరుచికి అనుగుణంగా ! దానికి తోడు ఆయనకు అభిమానమయిన పరిమళ ద్రవ్యసహితం !

వెనుదిరిగి చూస్తే చాణక్యులు ఆయన వెనుకనే ఉన్నారు! "ఇది నీవు రేపు ధరించి సింహాసనం ఎక్కటానికి. నవ్వు ఆ దుస్తులలో బాగుంటావు"

గురువరేణ్యులు అన్నారు. "నాకు రాజు నవాలనే కోరిక లేదు. నీవు కూడా అటువంటి నిర్లిప్తతతో పాలించాలని నా అభిలాష. నువ్వు రాజమందిరంలో నివసించాలి. కాని అక్కడి సుఖాలకు, భోగాలకు అతీతంగా ఉండాలి. భగవంతుడు నిన్ను రాజును చేశాడని గుర్తుంచుకో. ఏపని చేసినా సక్రమంగా చెయ్యి!"

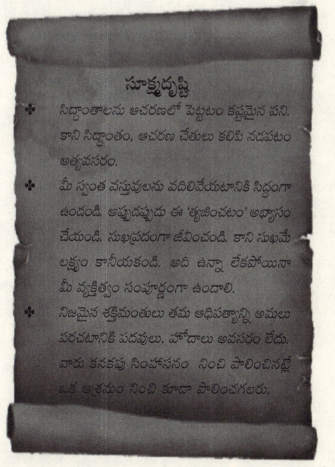

సూక్ష్మదృష్టి

- సిద్ధాంతాలను ఆచరణలో పెట్టటం కష్టమైన పని. కాని సిద్ధాంతం, ఆచరణ చేతులు కలిపి నడపటం అత్యవసరం.
- మీ స్వంత వస్తువులను వదిలివేయటానికి సిద్ధంగా ఉండండి. అప్పుడప్పుడు ఈ 'త్యజించటం' అభ్యాసం చేయండి. సుఖప్రదంగా జీవించండి. కాని సుఖమే లక్ష్యం కానీయకండి. అది ఉన్నా లేకపోయినా మీ వ్యక్తిత్వం సంపూర్ణంగా ఉండాలి.
- నిజమైన శక్తిమంతులు తమ ఆధిపత్యాన్ని అమలు పరచటానికి పదవులు, హోదాలు అవసరం లేదు. వారు కనకపు సింహాసనం నించి పాలించినట్లే ఒక ఆశ్రమం నించి కూడా పాలించగలరు.

అధ్యాయం 7

రాష్ట్రము - రాజ్యము

ఆచార్య నీతి

సంఘీభావం అంటే ఏమిటో బిడ్డ కుటుంబంలోనే అర్థం చేసుకుంటుంది. తర్వాత సమాజం అంటే ఏమిటో తెలుసుకుంటాడు. అప్పుడు వివాహం చేసికొని తన కుటుంబం ఆరంభిస్తాడు. సమాజం వెలుపల రాష్ట్ర భావన విస్తరించుతుంది. అదే అతనిలో దేశభక్తి బీజాలు నాటుతుంది. కనుక ఒక వ్యక్తి తన నించి కుటుంబంలోకి, తర్వాత సమాజంలో, ఆ పిదప రాష్ట్రస్థాయికి – క్రమక్రమంగా ఎదుగుతాడు.

ఒక వ్యక్తిలో ఈ ఉన్నత భావబీజాలు ఎలా నాటాలో చాణక్యులకు బాగా తెలుసు. ప్రతిఒక్కరూ. చంద్రగుప్త మహారాజుతో సహా – ఈ ప్రవర్ధక భావాలు మర్చిపోవటం సహజం. ఆ విషయం వారికి గుర్తుచేయటం చాణక్యుల కర్తవ్యం.

ఆచార్య కథ

దేశానికి సార్వభౌముడుగా చంద్రగుప్తుడు దేశ నిర్మాణ యోజనలు తన ఆమాత్యులతో చర్చించుతున్నాడు, ఒకసాయంత్రం. ఈ సంఘటన అప్పటిది.

ఆ సమావేశంలో తన అవసరం లేదు గనుక చాణక్యులు అందులో పాల్గొనలేదు. అంతమాత్రాన ఆ సమావేశం సారాంశం ఆయనకు తెలియలేదని కాదు.

ఆయన తనలో తనే నవ్వుకున్నారు. చంద్రగుప్తుడు అంతా సక్రమంగానే నిర్వహించుతున్నాడు. అయినా సమగ్రచింతన విషయంలో మరికొంత శిక్షణ అవసరం.

మర్నాడు రాజును కలిసిన సమయంలో చాణక్యులు ఆయనను అడిగారు. "మీ రాష్ట్ర నిర్మాణయోజన ఎలా నడుస్తున్నది?"

"చాల బాగుంది ఆచార్య ! నిన్ననే అందుకు ఒక ఆర్థిక ప్రణాళిక తయారుచేశాము" తృప్తిగా సమాధానం ఇచ్చాడు చంద్రగుప్తుడు.

"ఈసారి వ్యయానికి కేంద్రము ఏది?"

మన మగధ రాజ్యము, రాజధాని పాటలీపుత్ర" చాణక్యులు తల ఆడించారు. "పాఠశాలలు ఎక్కడ నిర్మాణం అవుతున్నవి?"

"మగధ పరిసరాలలో. ముఖ్యవిశ్వవిద్యాలయాలు రాజధానిలో నిర్మాణం అవుతాయి."

చంద్రగుప్తుడు ఆశించిన మెచ్చుకోలు చాణక్యులు కనబరచలేదు. "రక్షణ వ్యవస్థల మాటేమిటి అని ఎక్కడ స్థాపించబడుతవి?"

చంద్రగుప్తుడిలో కొంచెం అసహనం / విసుగు కనిపించింది. "మగధలోనే, పాటలీపుత్రలోనే ఆచార్య ! ఇంకెక్కడ ? రాజధానికి దృష్టి కేంద్రీకరించటం అవసరం కదా!"

చాణక్యులు అతనిని కన్నార్పకుండా చూశారు. "మగధ, పాటలీపుత్ర కాక మరే ప్రదేశానికైనా ఏమైనా యోజనలు చేశారా?"

కొంచెం అయోమయం పాలయిన చంద్రగుప్తుడు "లేదు ఆచార్యా, ఒకసారి రాజ్యము రాజధాని అభివృద్ధి చెందితే మిగిలిన అన్ని ప్రదేశాలు అనుసరించుతవి." అన్నాడు.

ఆచార్యులు కొన్ని క్షణాలు మౌనం వహించారు. అప్పుడు ఆయన అన్నారు. "నీకు ఒక విషయం గుర్తు చేయాలి. కేవలం మగధరాజ్యానికి కాదు. నిన్ను భారతదేశ సార్వభౌముడివి చేశాను నేను. కాని నువ్వు మాత్రం మగధరాజ్యం, రాజధాని పాటపుత్రలతో ప్రేమలో పడినట్లు తోస్తున్నది."

చంద్రగుప్తుడు తలదించుకున్నాడు.

"అసలు విషయం ఏమిటంటే రాష్ట్రము, రాజ్యము అనే భావనల మధ్య అంతరం చాలామందికి తెలియదు/ఆలోచించలేరు. నన్ను చెప్పనివ్వు - రాష్ట్రం అంటే చాలా విశాలభావం. చిన్న, పెద్ద అన్ని రాజ్యాలను ఒకే పాలనలోకి

తీసికొని రావటం." (ప్రపంచ చరిత్రలోనే రాష్ట్రము, రాజ్యము అనే భావన పరిచయం చేసిన తొలి ప్రముఖులలో చాణక్యులు ఒకరని ఈనాటికీ చాలామందికి తెలియదు).

ఆయన చెప్పసాగారు "అలా చేసినందువల్ల సేన, కోశాగారం వంటి సామాన్య వనరులను అందరి ప్రయోజనాల కొరకు వినియోగించవచ్చు. బయటి శత్రువు దండెత్తితే చిన్న పెద్ద రాజ్యాలన్నింటికీ సేనా సహాయం లభిస్తుంది. ఒక టంకశాల స్థాపించి ఒకే విలువ కట్టవచ్చు. మన ఆర్థిక విలువ పెరుగుతుంది. సమాజంలో ప్రతి ఒక్కరికీ ఆర్థిక ప్రయోజనం మెరుగవుతుంది."

రెండవ విషయం : రాష్ట్రస్థాయి యోజనలో మీరు ఇతర రాజ్యాల సంక్షేమం పరిగణించలేదు. మీరు యోచించిన పాఠశాలా ప్రయోజనాలు, రక్షణ పథకాలు అన్నీ కేవలం ఒక్కరాజ్యం మగధకే పరిమితం అయినవి."

"మనం రాష్ట్ర సమగ్ర అభివృద్ధి దృష్టిలో ఉంచుకోవాలి. మగధ ఒక్కటే కాదు. అది సంకుచిత మనస్తత్వం."

గురువుగారు చెప్పేది అంతా విద్యార్థి నోరు మెదపకుండా ఆయన చెప్పేదంతా సబబేనని తెలిసి విన్నాడు.

దేశపటం ఒకటి ముందు ఉంచుకొని తిరిగి ఒకసారి సమావేశం అవండి. ప్రతిరాజ్యము పరిశీలించి దాని అభివృద్ధికి నిధులు కేటాయించండి. అప్పుడే మీకు రాష్ట్రభావన, రాష్ట్ర అభివృద్ధికి పథకాలు కలుగుతాయి.

చంద్రగుప్తుడి మనసులో ఒక ప్రశ్న తలెత్తింది. "అన్ని రాజ్యాలకు పంచటానికి వనరులు, సేనా లేకపోతే?"

చాణక్యులు సంతోషపడిపోయి "మంచి ప్రశ్న అటువంటి పరిస్థితిలో స్థానికులతోనే ఒక దండు తయారుచేయండి. స్థానికులను నమోదు చేసి, పాటలీపుత్రస్థాయిలో వారికీ శిక్షణ ఇవ్వండి. అప్పుడు విపత్తు కలిగినపుడు అందరూ సమాన సన్నద్ధతలో ఉంటారు."

అప్పుడు ఆచార్యులు అన్నారు. "మాతృభూమిని, తమ రాజ్యాన్ని రక్షించుకొనటానికి ప్రజలు ఎప్పుడూ సంసిద్ధులుగానే ఉంటారు. శత్రువుతో పోరాడటానికి వారు సర్వశక్తులా ప్రయత్నించుతారు."

చాణక్యుల చివరి సలహా. "దేశవ్యాప్తంగా వయోవృద్ధులు, స్త్రీలు, పసివారు, వ్యాధిగ్రస్తులు అందరికీ సరియ అయిన వసతులు కల్పించాలని గుర్తు ఉంచుకొనాలి. ఈ విషయంలో పక్షపాతానికి తావు ఇవ్వకూడదు. అప్పుడే మీరు వారి శ్రేయస్సుకు, సంక్షేమానికి నిజంగా పాటుపడుతున్నారని ప్రజలకు అవగతం అవుతుంది."

జాతీయస్థాయిలో సమావేశాలు ఎలా నిర్వహించాలో చంద్రగుప్తుడికి అప్పుడు బోధపడింది.

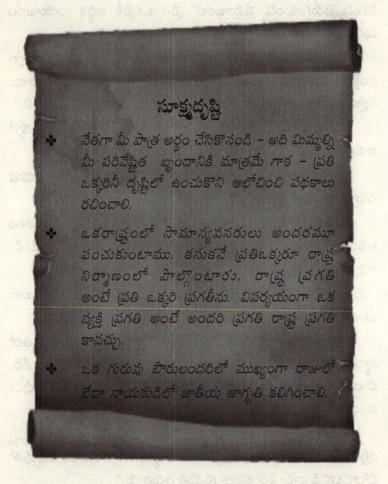

సూక్ష్మదృష్టి

- నేతగా మీ పాత్ర అర్థం చేసికొనండి - అది మిమ్మల్ని మీ పరివేష్టిత బృందానికి మాత్రమే గాక - ప్రతి ఒక్కరినీ దృష్టిలో ఉంచుకొని ఆలోచించి పథకాలు రచించాలి.
- ఒకరాష్ట్రంలో సామాన్యవనరులు అందరమూ పంచుకుంటాము. కనుకనే ప్రతిఒక్కరూ రాష్ట్ర నిర్మాణంలో పాల్గొంటారు. రాష్ట్ర ప్రగతి అంటే ప్రతి ఒక్కరి ప్రగతీను. విపర్యయంగా ఒక వ్యక్తి ప్రగతి అంటే అందరి ప్రగతి రాష్ట్ర ప్రగతి కావచ్చు.
- ఒక గురువు పౌరులందరిలో ముఖ్యంగా రాజులో లేదా నాయకుడిలో జాతీయ జాగృతి కలిగించాలి.

అధ్యాయం 8

మీ అహం పక్కన పెట్టండి

ఆచార్య నీతి

అధికారంలో ఉన్న వ్యక్తులకు అప్పుడప్పుడు తమను మించిన వారెవరూ లేరనే మనస్తత్వం ఏర్పడుతూ ఉంటుంది. అటువంటి వారికి సదా అనుచరులు - మంచివారు, చెడ్డవారు ఉంటారు. మంచివారు ఎప్పుడూ సరయిన సలహాలు ఇస్తూ ఉంటారు. ఇతరుల సలహాలో, సహకారంలో ఎప్పుడూ వారి స్వార్థచింతన దాగి ఉంటుంది.

వివేచనాపరుడైన నేత అందరు చెప్పేవి వినాలి అందులో చెడునించి మంచిని వడకట్టటంలో నేర్పరి అయి ఉండాలి. అతన్ని నిలబెట్టేదీ, అణగ ద్రొక్కేది ఈ నేర్పరితనమే.

ఆచార్య కథ

అధికార క్రీడలో దోబూచులాడటానికి, శిక్షణలో ఉన్న చంద్రగుప్తుడికి, ఇంకా స్తోమతు చాలదు. తనకు సలహాలు ఇచ్చేవారిలో తన శ్రేయోభిలాషులెవరో, కాని వారెవరో తెలిసికొనటం ఆయనకు ఇంకా అలవడలేదు.

ఒకనాడు ఆయన శ్రేయోభిలాషులు కాని బృందం ఒకటి వచ్చి "మహారాజా తమకొక వార్త" అన్నది.

"ఏమిటది?"

"మన్నించాలి మహారాజా తమ పరిపాలనను పౌరులు పరిహసిస్తున్నారు!" అన్నవారి మాటలలో వ్యంగ్యం ధ్వనించక పోలేదు.

"ఎందుకు ? వారు ఏ విషయంలో అసంతృప్తులుగా ఉన్నారు?"

"మీరు ఎవరి అదుపు ఆజ్ఞలలోనో ఉన్నారని వారి నమ్మకం."

"మరొకరి అదుపు ఆజ్ఞలలోనా ? నేనా ? ఎవరి అదుపు ఆజ్ఞలు?"

"మన్నించాలి మహారాజా. తమరు ఆచార్య చాణక్యుల వారి కనుసన్నలలో మెలుగుతుంటారని జనవాక్యం" వారిలో ఒకరు అన్నారు.

"మీరు ఆయన చేతిలో కీలుబొమ్మలట. మీ మాట, చేత, చివరకు మీ ఆలోచనతో సహా చాణక్యులవారు ముందే యోచించి నిర్ణయించినదట."

"మీదంటూ ఒక మేధ లేదని ప్రజాభిప్రాయం." ఇది పూబంతిలో ముల్లు.

చంద్రగుప్తుడి ఆగ్రహం కట్టలు తెంచుకున్నది. "ఎంత ధైర్యం! నామేధ సంగతి నాకు తెలుసు. రాజ్యం పరిపాలించే వివేకం, వివేచన నాకు ఉన్నవి. పౌరులు ఏమనుకుంటున్నారు? నేను మతిలేనివాడినై ఈ సింహాసనం ఎక్కి ఏమి చేయటం లేదనా? ఆచార్యుల సలహా, సంప్రదింపులతో నిమిత్తం లేకుండా నిర్ణయాలు తీసికొనగలనని చూపిస్తాను" ఆయన అక్కడి నించి విసురుగా నిష్క్రమించాడు. తమ లక్ష్యం నెరవేరిందన్న తృప్తితో ఆ పౌరబృందం తనలో నవ్వుకున్నది.

వారు చంద్రగుప్తుడి మనసులో విడిచిన విషబిందువులు విస్తరించినవి. ఆయన క్షోభతో సతమతమై తనను తనే మర్చిపోయినాడు. ఆయనలో అహం పెరిగింది.

వారానికి ఒకసారి చాణక్య, చంద్రగుప్తులు, తత్త్వచింతన నిమిత్తం ఆచార్యుల ఆశ్రమంలో సమావేశమవుతారు. ఆవారం చాణక్యులు ఎంతసేపు నిరీక్షించినా, చంద్రగుప్తుడు రాలేదు. అలా జరగటం ఇదే తొలిసారి. ఎక్కడో పొరబాటు జరిగిందని చాణక్యులు పసిగట్టారు. కాని ఆయన చలించలేదు. తర్వాతి వారం కూడా అదే జరిగింది. ఆ తర్వాతి వారమూ అదే సంగతి. అప్పుడు ఏమి జరుతున్నదో తెలుసుకోవాలని ఆయన నిర్ణయించుకున్నారు. కొంత శోధనతో జరిగిన విషయం ఆయన గ్రహించారు.

తర్వాతి వారం చంద్రగుప్తుడి కోసం నిరీక్షించే బదులు చాణక్యులే రాజభవనానికి వెళ్లారు. ఆయన చేరేసరికి రాజు తన సలహామండలితో సమావేశమై ఉన్నాడు. ఆచార్యులను చూసి అందరూ ఆశ్చర్యంతో లేచి నుంచున్నారు.

చంద్రగుప్తుడిని తమ చెప్పుచేతలలోకి తెచ్చుకున్న ఆనందం ఆ కుటిల సలహాదారులకు కలిగినా, చంద్రగుప్తుడికి గురువు, ఆయన బోధనా లోటు అయినవి. అయినా ఆయన అహం దెబ్బతిన్నది. తన కష్టనష్టాలు చెప్పుకోవటానికి ఆయనకు ఎవరూ లేరు.

"ఆచార్యా.... తమరా !" చంద్రగుప్తుడి ఆశ్చర్యం. ఆయన అభ్యంతరాలు ఎన్ని ఉన్నా గురువుపట్ల ఆయన గౌరవం తరగలేదు. ఆయన సింహాసనం దిగివచ్చి చాణక్యుల పాదస్పర్శ చేశాడు.

"గత కొన్ని వారాలుగా మన సమావేశాలకు నువ్వు రాలేదు. ఏమయిందో అని నాకు తెలియలేదు." ముఖంలో ఆదుర్దా తెలుస్తుండగా చాణక్యులు అన్నారు. "నీ ఆరోగ్యం బాగుంది కదా!"

"అవును ఆచార్యా, అంతా సవ్యంగానే ఉన్నది. ఇటీవల పనివత్తిడి పెరగటంతో, మన సమావేశాలకు రాలేకపోయినాను."

చాణక్యులు నవ్వుతూ "చంద్రగుప్తా, అంతకంటె మంచి కారణం ఏమైనా ఉన్నదా?" అన్నారు.

తన అబద్ధం బయటపడిందని రాజుకు అవగతమైంది. ఈ పరిస్థితి కల్పించిన పెద్ద మనుష్యులు ఎవరూ గమనించక మునుపే అక్కడి నించి చల్లగా జారుకునే ప్రయత్నంలో ఉన్నారు. కాని ఆలోగానే చాణక్యులు "ఆగండి!" అని ఆజ్ఞాపించారు. ఆ వ్యక్తులు అక్కడే స్థాణువు లయినారు.

"ఊఁ అయితే వీరన్నమాట నీ సలహాదారులు? ఆచార్యులు వారి ముఖాలు పరిశీలించుతుండగా, ఆ సలహాదారులు తమ మరణం ఆసన్నమయిందని గ్రహించారు తప్పించుకొనే దారికోసం వారు సకల ప్రార్థనలు చేయసాగారు.

"చంద్రగుప్తా!" కఠిన స్వరంలో అన్నారు. "నిన్ను రాజును చేసిననాడే, ఏదో ఒకనాడు నీకు సర్వం సహాశక్తిమంతుడననే ఆలోచన కలుగుతుందనీ, ఆనాడు నీకు నా అవసరము, నీ శ్రేయోభిలాషుల అవసరమూ ఉండదనీ,

నాకు తెలుసు. అది తెలిసే నీ స్థానం ఆక్రమించగలవారిని సిద్ధం చేసి ఉంచాను. నేను చిటికె వేసిన మరుక్షణం వారు నీ స్థానం ఆక్రమించగలరు. మరి నా స్థానం ఆక్రమించగలవారు నీకు ఎవరైనా ఉన్నారా?"

"నీకు దారిచూపటానికి నన్ను మించిన వివేకులూ, సమర్థులూ ఉన్నారా?"

ఆగ్రహావేశంలో ఆయన సింహద్వారం వైపు నడిచారు. వెళ్లేముందు ఆయన హెచ్చరిక "దేవుళ్లకు కూడా గురువులు ఉన్నారు. నువ్వు కేవలం మానవమాత్రుడివి."

ఆ తర్వాత వారం చంద్రగుప్తుడు చాణక్యుల ఆశ్రమం చేరాడు. చర్చ ఎప్పటి వలెనే కొనసాగింది.

సూక్ష్మదృష్టి

- ప్రతివ్యక్తికీ సహవాసగాళ్లు నిజాయితీపరులు అయిన వారూ, కానివారూ ఉంటారు. వారిద్దరినీ గుర్తించి వేరుచేయటయే సమర్థత.
- గురువు సలహాను తేలికగా కొట్టిపారవేయకూడదు. మీ మేలుకోరే అత్యుత్తమ మార్గదర్శి ఆయనే.
- ఎదుటి వ్యక్తి నిజంగా మీ శ్రేయోభిలాషి అవునో కాదో నిర్ణయించండి. అయితే మీ అహం పక్కన పెట్టి సత్సంబంధం కొనసాగించండి.

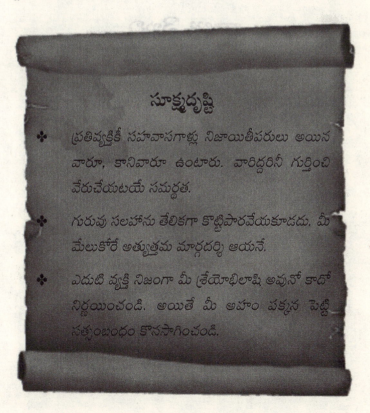

అధ్యాయం 9

రాజు వైఖరి

ఆచార్య నీతి

సమర్థత, వైఖరి – నాయకుడికి ఉండితీరవలసిన రెండు లక్షణాలు. సమర్థత లోపించిన నాయకులు అనేకులు ఉంటారు. పలుకుబడివల్లనో, అదృష్టవశాత్తునో వారు ఉన్నచోటికి చేరుతారు.

చేతికందిన అవకాశాలను సద్వినియోగం చేయలేని అసమర్థుడయిన నేత దేశానికే ముప్పు. అతను తన అనుచరులను కూడా ఉత్తేజితులను చేయలేడు.

అంతకంటె ముఖ్యమైనది నాయకుడి వైఖరి. అతని వైఖరి సరి అయినది అయితే ఇంద్రజాలం జరుగుతుంది. సరికాకపోతే అంతా గోదారే కావచ్చు.

చాణక్యులు చంద్రగుప్తుడికీ, ఇతర విద్యార్థులకు సమర్థులయిన నాయకులుగా ఎలా ఉండాలో నేర్పారు. నాయకత్వపు నైపుణ్యాలు, మెలకువలు బోధించారు. ఈ నైపుణ్యాలను సవ్యంగా ఆచరణలో పెట్టటానికి ఆయన సవ్యమైన వైఖరి వారిలో బలవంతాన జొప్పించారు.

ఆచార్య కథ

చాణక్యులు ఒకనాడు చంద్రగుప్తుడిని ప్రశ్నించారు. "ఒకరాజు అంతిమ లక్ష్యం ఏమిటి?"

చంద్రగుప్తుడు జవాబు చెప్పేలోగా ఆయనే జవాబు చెప్పారు. "దాన్ని మనశాస్త్రాలు 'ప్రజాక్షేమం' అంటాయి. అంటే ప్రజల సుఖసంతోషాలే రాజు లక్ష్యమూ, కర్తవ్యము అని, ఆయన అందుకోసమే శ్రమించాలి అని భావం." చాణక్యులు అప్పుడు ఒక శ్లోకం వల్లించారు. తర్వాత ఆ శ్లోకమే అర్థశాస్త్రంలో చివరి శ్లోకం అయింది.

తన ప్రజల సంతోషంలోనే రాజు సంతోషం ఉన్నది. చాణక్యులు అప్పుడు చంద్రగుప్తుడికి వివరణ ఇచ్చారు. "రాజు జీవితం అంటే త్యాగమయ జీవితం. అతనికి వ్యక్తిగత జీవితం అంటూ ఏమీ ఉండదు. అతను కేవలం ఇతరుల కొరకే జీవించాలి." అప్పుడు ఆయన కిటికీ వైపు చూపించి "సూర్యుడిని చూడు. ప్రపంచమంతా జీవించుతున్నది ఆయనవల్లనే. ఈ గ్రహానికి సూర్యుడు నేత, స్వామి కూడా. తాను మండుతూ అందరికీ వెలుగునూ కాంతినీ ప్రసాదిస్తాడు" చాణక్యులు సూర్యభగవానుడికి ప్రణమిల్లారు.

చంద్రగుప్తుడి మనసులో ఒక సందేహం. "అంటే మనం తీసికొన కూడని నిర్ణయాలు కొన్ని ఉన్నాయా? మనం అందరినీ సంతోషపరచాలంటే నేరస్థులను శిక్షించకూడదు కదా? శిక్షించబడటానికి ఎవరూ సంతోషించరు."

చాణక్యులు నవ్వారు. "రాజు వ్యక్తుల క్షేమంతో బాటు హితవు కూడా పరిగణించాలి.

చంద్రగుప్తుడికి వ్యత్యాసం తెలియలేదు. చాణక్యులు వివరించారు. "హితవు అంటే సవ్యమైనది, తగినది. కొన్నిసార్లు సవ్యమైనవి మనకు సంతోషం కలిగించకపోవచ్చు. చేదు మాత్ర మనకు ఇష్టంలేక పోవచ్చు. కాని వ్యాధి నివారణకు అది అవసరం. అలాగే కొన్ని నిర్ణయాలు అదిలో కలరపరచవచ్చు. కాని కాలక్రమాన అవి మేలు చేస్తాయి. నిజమైన హితవు ఇదే."

చంద్రగుప్తుడు అన్నాడు "నేరస్థులను శిక్షించటం హితం. అది ఇతర ప్రజలను సుఖపెడుతుంది."

చంద్రగుప్తుడు అర్థం చేసుకున్నందుకు చాణక్యులు సంతోషించారు. "రాజు అయినవాడు కేవలం ఒకరి బాగోగులు కాక జనభాహుళ్యం, రాజ్యశ్రేయస్సు దృష్టిలో ఉంచుకోవాలి. కనుక నేరస్థులను శిక్షించటం నాయకత్వంలో ముఖ్యభాగం." అయినా కూడా ఆయన హెచ్చరిక "ఎవరిని ఎలా శిక్షించాలో మర్చిపోకూడదు."

చంద్రగుప్తుడు దాని భావమేమిటా అని ఆలోచిస్తుండగా చాణక్యులు

వివరించారు. "ఎవరినీ ద్వేషంతో శిక్షించకూడదు. మహా అపరాధికి కూడా న్యాయమైన విచారణ జరిపి తగు శిక్ష విధించాలి."

"ఎలా?"

"రాజు పాలన ధర్మశాస్త్ర బద్ధమై ఉండాలి. అందుకు నీ గురువులు నీకు సాయపడతారు."

"రాజు అన్ని నిర్ణయాలూ తను చేయలేడా!"

చాణక్యులు నిరాకరించారు. "రాజు అన్ని నిర్ణయాలు చేయగల సమర్థుడయినా, గురువుల సలహా అతని అహంకారాన్ని అదుపుచేసి అతని క్షణికోద్రేకాలకు చేయి అడ్డుపెడుతుంది. సలహా దొరకని సమయాలలో రాజు నిర్ణయించగలడు, నిర్ణయించాలి."

విద్యార్థి చివరి ప్రశ్న. "అయితే ప్రజల పట్ల రాజు స్వభావం ఎలా ఉండాలి?"

"పితర స్వభావం. ప్రజలు రాజే దిక్కని తలుస్తారు. వారిని పాలించి, పోషించి రక్షించే దేవుడు రాజే. వారికి వారి జీవితాలు సుఖసంతోషాల మయం చేసే వాతావరణం ఆయనే సృష్టించుతాడు. కుటుంబం అంటే అదే కదా మరి?

అప్పుడు చాణక్యులు హెచ్చరించారు. "పిల్లల పెంపకం అంటే ఆప్యాయత, అనురాగం, మమత, క్రమశిక్షణ. ఆయన తన ప్రజలపట్ల ప్రేమాభిమానాలు కలిగి ఉండాలి. కాని దుర్నడత సహించబడదని స్పష్టం చేయాలి."

చంద్రగుప్తుడి మెదడుకు కావలసినంతమేత వేసి చాణక్యులు నిష్క్రమించారు. పితరులుగా ఉండటం రాజుకు ఎంత అవసరమో గురువుకూ అంతే అవసరం. కృతజ్ఞత నిండిన మనసుతో ఆయన స్వగతం "ఆచార్యా, నిస్సందేహంగా మీరు మహా పిత".

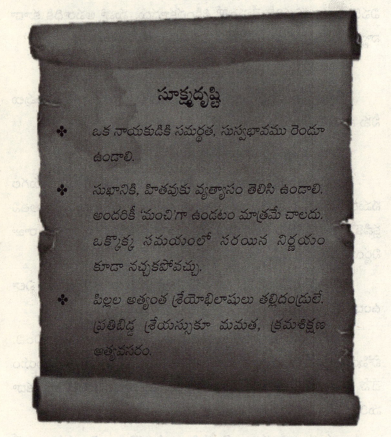

సూక్ష్మదృష్టి

- ఒక నాయకుడికి సమర్థత, సుస్వభావము రెండూ ఉండాలి.
- సుఖానికి, హితవుకు వ్యత్యాసం తెలిసి ఉండాలి. అందరికీ 'మంచి'గా ఉండటం మాత్రమే చాలదు. ఒక్కొక్క సమయంలో సరయిన నిర్ణయం కూడా నచ్చకపోవచ్చు.
- పిల్లల అత్యంత శ్రేయోభిలాషులు తల్లిదండ్రులే. ప్రతిబిడ్డ శ్రేయస్సుకూ మమత, క్రమశిక్షణ అత్యావసరం.

అధ్యాయం 10

సంగీత ప్రాముఖ్యత

ఆచార్య నీతి

మనసు ఒక నిర్ణీత పద్ధతిలో పనిచేస్తుంది. మనం ఆ పద్ధతి అర్థం చేసుకుంటే మనం తక్కువ శ్రమతో ఎక్కువ ఉత్పాదకులం కావచ్చు. ఈనాడు ప్రతి ఒక్కటీ మానసికమే నంటున్నారు. ఒలింపిక్స్‌లో జయించినవారు తాము యదార్థంగా గెలువక మునుపే గెలిచినట్లు మానసికంగా దర్శించా మన్నారు. భౌతికమైన వ్యాధులు కూడా మనసులోనే మొలకెత్తుతాయని నమ్మకం. ప్రవర్తన, నడవడిక మీద మనస్తత్వ శాస్త్రవేత్తలు ప్రపంచవ్యాప్తంగా పరిశోధనలు సలుపుతున్నారు. సంగీతము, మానవమేధ మీద ప్రభావం గురించి కొన్ని అపూర్వ పరిచ్ఛేదనలు సాధించారు.

చాణక్యులు మానవ మేధ పనిచేసే తీరు అర్థం చేసుకున్నవారు. రాజు భౌతికంగా, చురుకుగా సంచలించుతున్నా మానసికంగా, ప్రశాంతంగా విశ్రమించి ఉండాలని ఆయన సిద్ధాంతం. కనుక ఎంత ఊపిరి సలుపని వ్యాపకాలలో మునిగి ఉన్నా రాజు కొంత విరామం తీసికొని తనకు ఆసక్తికరమైన పని – సంగీతం వినటం – చేసే ఏర్పాట్లు చేశారు.

ఆచార్య కథ

సేనాధిపతి ఒకసారి చాణక్యులను అడిగాడు. "ఆచార్యా, యుద్ధ సమయంలో సేనలో మేము తరచు సంగీతం వింటూ ఉంటాము. మా కవాతు దళాలకు నగారాలు, బాకాలు కూడా ఉంటాయి. అయితే తమరు రాజుగారికి కూడా సంగీతం వినే ఏర్పాట్లు చేశారని విన్నాను."

సేనాపతి గొప్ప సంగీత అభిమాని. చాణక్యుల జ్ఞానసంపదకు ఆయన ముగ్ధుడై, ఉత్తేజితుడు కూడా అయినాడు. "ఆచార్యా మీరు సంగీతంతో బాటు అది మానవమేధను ఎలా ప్రభావితం చేస్తుందో కూడా అధ్యయనం చేశారు. దీనిని గురించి విశదీకరించండి. మా ప్రయోజనాలకు దానిని ఎలా వినియోగించాలో తెలుసుకుంటాను" అని అభ్యర్థించాడు.

చాణక్యులు అనేక విషయాలలో నిష్ణాతులు కాని సంగీతం వ్యక్తిగతంగా ఆయన అభిమాన విషయం కనుక ఆయన సేనాపతి అభ్యర్థనను మన్నించారు.

"సంగీతాన్ని గురించి మన వేదాలు చాలా సమాచారం పొందుపరిచాయని నీకు తెలుసా? మన సంప్రదాయంలో అది ఒక భాగం. మన పూర్వులు సంగీతపు వివిధ అంశాలు– రాగం, తాళం, లయ గురించి విస్తృతంగా వివరంగా వర్ణించారు. ఇది అధ్యయనం చేసి 'ఈ జ్ఞాన సంపదను వినియోగించటం ఎలా?' అని నన్ను నేనే ప్రశ్నించుకున్నాను."

ఆయన వివరించారు "ఈ ప్రపంచం అంతా ప్రణవనాదమైన 'ఓం' నుంచి జనించిందంటాయి వేదాలు."

సేనాపతి "అవును అది నేను కూడా విన్నాను."

"సంగీతం ఆ దైవత్వం నుంచి జాలువారింది. అప్పుడు మనం దాన్ని సప్తస్వరాలుగా, వివిధ నమూనాలుగా విడదీస్తాం. ఈ సప్తస్వరాలలోని వైవిధ్యమే మనం సృష్టించిన సంగీత ప్రపంచం.

సేనాపతి "స, రి, గ, మ, ప, ద, ని ...." అని జోడించాడు.

చాణక్యులు తల ఆడించారు. "దానికి లయ, పదము జోడించు. అపార, అనంత సంభవాలు సాధ్యం." ఆయన దరహాసం చేస్తున్నారు. ఆయన ఏదో పరవశింప జేసే రాగం వింటున్నట్లు ఆయన ముఖంలో గోచరించింది. "కాని ఆచార్యా, రాజకీయాలలో ఇది ఎలా సాయపడుతుంది?" సేనాపతి ప్రశ్న.

ఆలోచనామృతం నుంచి వెలికి వస్తున్నట్లుగా పన్నాగ పండితులు అన్నారు. "రాజకీయం మానస క్రీడ. సంగీతం మనసును దోచుకోగలదు. కనుక నేను రెంటినీ జోడించాను. సంగీతం మనిషి మనసును వికసింప చేయటానికి తోడ్పడుతుంది.'

అప్పటికి చాణక్యులు సంగీతం గురించి ముచ్చటించుతున్నారని రాజమందిరంలో వార్త పాకింది. క్షణాలలో ఆ ఇరువురి చుట్టూ ఔత్సాహికులు గుమికూడారు. ఆ సమూహంలో చంద్రగుప్తుడు కూడా చేరటం అబ్బురమేమీ కాదు.

"సంగీతం మిమ్మల్ని విశ్రమింప జేసి మీ ఏకాగ్రతను వృద్ధి చేస్తుంది." చాణక్యులు అన్నారు. అక్కడ కొత్తగా చేరినవారి ప్రయోజనార్థం సంగీతం వల్ల కలిగే ప్రయోజనాలను ఉటంకించుతూ" సంగీతం మీకు సరయిన మనస్థితి సమకూర్చుతుంది. ఉదయం నిద్రమేలుకున్నపుడు శక్తివంతమయిన రాగాలు వింటే రోజు చురుకుగా మొదలవుతుంది. ఈ కారణంగానే మన ప్రభాత ప్రార్థనలు కూడా సుముఖశక్తితో తొణికిసలాడుతుంటాయి."

తను నిద్రమేలుకునే వేళ జీవంతో తొణికిసలాడే వాద్యసంగీతం ఎలా వినిపిస్తుందో చంద్రగుప్తుడికి ఇప్పుడు అర్థం అయింది. అదీ చాణక్యుల వారి పథకమే.

రోజుతో బాటే మన మనసులూ వికసించుతాయి. చురుకైన సంగీతం నించి మంద్రస్వరాలకు కదులుతుంది. మంద్రస్వరాలు మన ఆలోచనలకు తోడ్పడతాయి.

అపరాహ్ణంలో మన చర్యలు మరికొంత విశ్రమించుతాయి. మధ్యాహ్నం పనిమొదలు పెట్టే ముందు మనం ఒక చిన్న కునుకు కూడా తీయవచ్చు. అప్పటి విశ్రాంత సంగీతం మనకు ప్రశాంతత కలిగించి పునరుజ్జీవనం ప్రసాదించుతుంది."

అందరూ ఆగి ఆలోచించసాగారు. నిజమే అపరాహ్ణవేళ జంతువులు, పక్షులు కూడా మౌనం వహిస్తాయి.

"ఆఖరుగా" ఆయన అన్నారు "సంగీతాన్ని వినోదంగా ఆనందించటానికి సాయంత్రం అత్యుత్తమ సమయం. మీ అభిమాన సంగీతం ఒక రెండుగంటల కాలం వింటే అద్భుత ఆత్మానందం.!"

తన ఆస్థానంలో సదా అత్యుత్తమ గాయకులు, కళాకారులు సదా ప్రదర్శనలు నెరపటం చంద్రగుప్తుడి మనసులో మెదలింది. వారందరికీ తగిన పారితోషికం లభించేట్లు చాణక్యులు జాగ్రత్త తీసుకొనేవారు. "కళాకారులకు వారి కృషికి తగిన ఆదరం లభించాలి."

ఒక మనిషి అభిమాన సంగీతాన్ని బట్టి అతని వ్యక్తిత్వాన్ని అంచనా వెయ్యవచ్చు. ఉదాహరణకు ఒకరు బిగ్గరంగా ధ్వనించే సంగీతం ఇష్టపడుతున్నారంటే, ఆయన నలుగురితో కలిసి మెలసి హడావిడి చేసే వ్యక్తి అయి ఉంటారు. అదే లలితమైన సంగీతం వినేవారయితే ఆయన సున్నిత మనస్కులు, వివేకవంతులూ అయి ఉండవచ్చు."

సంగీతానికి బహుముఖాలు. అనుకోకుండా ఆరంభమైన ఆ సంగీత సభ అలా కొనసాగింది. చివర్లో చాణక్యులు అన్నారు. "సంగీతం మనల్ని ఈ అంతులేని జనన మరణ ఆవృత్తం నుంచి విముక్తి కలిగించి, మోక్షానికి దారి చూపగలదు."

ఆయన ప్రసంగం తర్వాత సాదర నిశ్శబ్దం చోటు చేసుకున్నది. సేనాపతికి చాణక్యుల సలహా. "మీ సంగీత సాధనాలు అన్నింటినీ (మీ ఆయుధ సామాగ్రి వలెనే) జాగ్రత్తగా పదిలపరచండి. యుద్ధ సమయంలో ఏది ఎప్పుడు ఏది అవసరమవుతుందో చెప్పలేము."

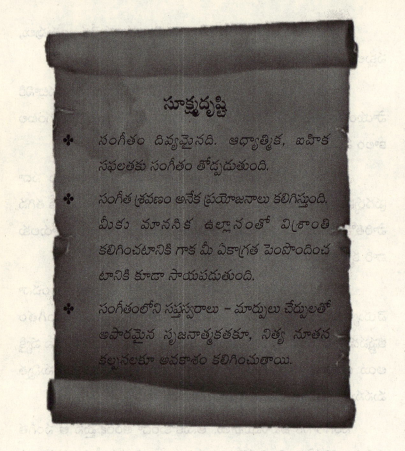

సూక్ష్మదృష్టి

- సంగీతం దివ్యమైనది. ఆధ్యాత్మిక, ఐహిక సఫలతకు సంగీతం తోడ్పడుతుంది.

- సంగీత శ్రవణం అనేక ప్రయోజనాలు కలిగిస్తుంది. మీకు మానసిక ఉల్లాసంతో విశ్రాంతి కలిగించటానికి గాక మీ ఏకాగ్రత పెంపొందించ టానికి కూడా సాయపడుతుంది.

- సంగీతంలోని సప్తస్వరాలు – మార్పులు చేర్పులతో అపారమైన సృజనాత్మకతకూ, నిత్య నూతన కల్పనలకూ అవకాశం కలిగించుతాయి.

ఒకటవ భాగం : తొలి పది కథలు

చాణక్యులు – ఆచార్యులు

రెండవ భాగం : తర్వాతి పది కథలు

చాణక్యులు – దేశికులు

మూడవ భాగం : మలి పది కథలు

చాణక్యులు – ఘనత

ఐశ్వర్య సృష్టి

నిశ్శబ్ద శిక్ష

ప్రాణం విలువ

పన్నులు చెల్లించండి

నిశ్శబ్దంగా సొమ్ము వసూలు

చాణక్యుల రాజోత్తముడు

స్త్రీలు – ఉద్యోగం

గురుపుత్రుడు

అనుభవ సంపద

సత్పరిపాలన రహస్యం

ప్రస్థానం

అధ్యాయం 1

ఐశ్వర్య సృష్టి

ఆచార్య నీతి

ఎక్కడైతే ప్రజలు పేదరికం నుంచి బయటపడ్డారో అదే సఫలమైన దేశం. ప్రతి ఒక్కరూ అతి సంపన్నులు కాకపోవచ్చు గాని, అందరూ సంతోషంగా తృప్తిగా ఉంటారు. ఒక వ్యక్తి విలువ వారు సంపాదించిన ధనం, వారికి ఉన్న ఐహిక సుఖాలు, భోగాలతో కొలవబడదు. సమాజంలో ప్రతి ఒక్కరూ పరస్పర శ్రేయస్సు కోసం కృషి చేస్తారు. ప్రభుత్వం ఆర్థిక సంపదను, ఆధ్యాత్మిక ప్రగతినీ ప్రోత్సహించుతుంది.

ఆచార్య కథ

చాణక్యులు ఎంత వ్యూహానిష్ణాతులో అంత ఆలోచనాపరులు. శతృవులందరూ పరాజితులై చంద్రగుప్తుడు రాజుగా ఎదిగాడు గనుక ప్రస్తుతం చాణక్యులు అతనితో సత్పరిపాలనను గురించి మాట్లాడే అవకాశం కలిగింది.

ఆర్థికశాస్త్రం పాఠాలు కొన్ని చెప్పదలచారు ఆయన. ఆ రంగంలో అత్యంత ఆదరాభిమానాలు గడించిన ఆచార్యులలో ఆయన ఒకరు. "ఒక దేశం ఐశ్వర్యవంతం ఎలా అవుతుంది?" చాణక్యులు రాజును అడిగారు.

"ప్రజల దగ్గర పన్నులు సరిగా వసూలు చేసి."

"బాగు. మరేమయినా మార్గం ఉన్నదా?"

ఒక క్షణం ఆలోచన తర్వాత రాజు "పన్నులు సరిగా కట్టనివారి దగ్గర వసూలు చేసిన జరిమానాలు కూడా మన ప్రభుత్వ కోశాగారాన్ని నింపుతాయి."

"ప్రభుత్వ ఆదాయం వసూలు చేయటానికి అది ఒక మార్గం" చాణక్యులు అన్నారు. "కాని నేను నిన్ను అడిగిన ప్రశ్న వేరు. ఒక దేశం ఎలా సంపన్నం అవుతుంది?"

ఆచార్యులు సమాధానం అందించేవేళకు చంద్రగుప్తుడు ఇంకా ఆలోచనలోనే ఉన్నాడు. "సంపద సృష్టించటం వల్ల ఒకదేశం సంపన్నం అవుతుంది."

రాజుకు ఇంకా అర్థం కాలేదని గ్రహించి "అలా నడిచి వద్దాం పద!" అన్నారు చాణక్యులు.

కొద్దిసేపటి తర్వాత ఇద్దరూ సామాన్యుల వేషాలు ధరించి రాజమందిరం వెలికి వచ్చారు. చాణక్యులు అప్పటికే ఒక పథకంతో సిద్ధంగా ఉన్నారు. వారు మొదట నగరంలోని అత్యంత సంచలనం గల వ్యాపారస్థలికి వెళ్లారు. దుకాణాలు అన్నీ వచ్చే పోయే కొనుగోలు దార్లలో రద్దీగా ఉన్నాయి.

"చంద్రగుప్తా ఏమి గమనించుతున్నావు?"

"ఇక్కడ ఆర్థిక కార్యకలాపాలు ముమ్మరంగా సాగుతున్నవి. స్థానిక ఉత్పత్తుల అమ్మకాల మీదనే దేశ ప్రగతి ఆధారపడుతుంది."

"అవును. ఈ స్థలం ఆర్థిక లావాదేవీల మయం. కాని అది సంపద సృష్టించదు."

చంద్రగుప్తుడు అయోమయంలో పడ్డాడు. కాని మాట్లాడలేదు. ఆ తర్వాత గురువుగారు ఆయనను ఒక వడ్డీవ్యాపారి వద్దకు తీసికొని వెళ్లారు. అక్కడ నుంచొని వారు గమనించారు. వ్యాపార నిమిత్తం, వ్యక్తిగత అవసరాలు, అసరమైన సొమ్ముచేతిలో లేనివారు, అందరూ వచ్చి అరువు తీసుకుంటున్నారు. ప్రతివారు తాము తీసుకున్న అరువుకు భద్రతగా ఏదో ఒకటి కుదువ బెట్టి వెళ్తున్నారు. ఒక స్త్రీ తన బంగారు నెక్లెస్ కూడా కుదువ బెట్టి వెళ్ళింది.

"ఇక్కడ ఏం గమనించావు చంద్రగుప్తా?" గురువుగారి ప్రశ్న.

"సొమ్ము అవసరమైన వారు ఋణదాత దగ్గర అరువు తీసుకుంటున్నారు. ఆయన ఇస్తున్నారు - అయితే ప్రతి అరువుకూ వడ్డీ చెల్లించాలి."

చాణక్యులు "అవును. నిజమే. కాని, ఇదీ సంపద సృష్టికాదని తెలుసుకో!"

అప్పుడు చాణక్యులు అతనిని మూడవ ప్రదేశానికి – ప్రభుత్వ కోశాగారం – తీసికొని వెళ్లారు. అక్కడ చాల చురుకుగా పనిజరుగుతున్నది. రాజ్యమంతటా పన్నులు జరిమానాల రూపంలో సేకరించిన సొమ్ము, వస్తువులూ అక్కడి చేరి, పరీక్షల తర్వాత కోశాగారంలో నమోదు అవుతున్నవి. ఆహార పదార్థాలు, అటవీ సంపద తూకాలు వేసి కల్తీలు పరీక్ష అవుతున్నాయి. "ఇక్కడ ఏమి చూస్తున్నావు?" ఆయన అడిగారు.

"పరిపాలనలో మనకు ఇది చాలా ముఖ్యాంశం. ఈ పన్నుల శాఖవల్లనే మనం పౌరులను, వారి శ్రేయస్సునూ కాపాడగలుగు తున్నాము. మనకూ, మన ప్రభుత్వోద్యోగులకూ భృతి ఇక్కడి నించే వస్తుంది. అభివృద్ధి పథకాలకు ధనం ఇక్కడి నించే వస్తుంది."

తన చుట్టూ ఏమి జరుగుతున్నదో చంద్రగుప్తుడికి ఇప్పుడు కనువిప్పు కలిగింది. చాణక్యులు అందుకున్నారు. "అవును. కాని ఇది కూడా సంపద సృష్టి కాదని గుర్తుంచుకో!"

చివరికి చంద్రగుప్తుడు అడిగారు "అయితే ఆచార్యా, సంపద సృష్టించటం అంటే ఏమిటి?"

చంద్రగుప్తుడు ఆ విషయం తెలుసుకొనటానికి సిద్ధమైనాడని ఆచార్యులకు అనుభూతి కలిగింది. వారు అతనిని కొందరు కర్షకులు కృషి చేస్తున్న వ్యవసాయ క్షేత్రానికి తీసికొని వెళ్లారు. "అసలయిన సంపద ఇక్కడే సృష్టి అవుతుంది. ఈ రైతులు రోజంతా శ్రమిస్తారు. మనకు ఆహారధాన్యాలు అందించేది వారే. పుడమి తల్లినించి ఆహారధాన్యాల రూపంలో మనకు సంపద నందించేది వారి శ్రమఫలమే. మన ధనాగారం నింపేది వీటితోనే."

"కాని ఆచార్యా, మనం ఇంతక్రితం చూసిన వారు కూడా కష్టపడి పనిచేస్తున్నారు గదా ! మరి వారికీ ఈ రైతులకూ మధ్య వ్యత్యాసం ఎందుకు?"

"అవును, వారు కూడా కష్టపడి పనిచేస్తారు. ఆ రైతు పొలం పక్కనున్న నేల చూడు. దానిని ఎవరూ సాగు చెయ్యరు గనుక అక్కడ ఏమీ పండదు.

కాని అదే నేల మానవ ప్రయత్నంతో సంపద సృష్టించగలదు. ప్రయత్నం లేకపోతే అది బంజరుభూమిగా మిగిలిపోతుంది."

"అంటే మానవ ప్రయత్నమే ముఖ్యం కదా!"

"నిష్కర్షగా ! ఆ కర్షకులకు సరయిన ప్రతిఫలం ముట్టేట్లు చూడటమే మీ కర్తవ్యం. అలాగే మిగిలిన వ్యాపారస్తులనూ, వృత్తులనూ కష్టపడి పనిచేయటానికి మనం ప్రోత్సహించాలి. అధిక సంపద సృష్టికి అధిక ఉత్పత్తే మార్గం. పన్నులు ఎక్కువ సేకరించితే అధిక ఉత్పత్తికి ప్రోత్సాహం కలుగుతుంది. అదే దేశాన్ని సంపన్నం చేయటానికి తోడ్పడుతుంది.

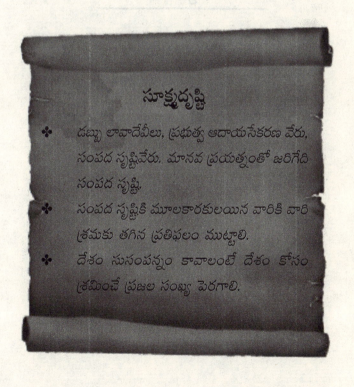

సూక్ష్మదృష్టి

❖ డబ్బు లావాదేవీలు, ప్రభుత్వ ఆదాయసేకరణ వేరు, సంపద సృష్టివేరు. మానవ ప్రయత్నంతో జరిగేది సంపద సృష్టి.

❖ సంపద సృష్టికి మూలకారకులయిన వారికి వారి శ్రమకు తగిన ప్రతిఫలం ముట్టాలి.

❖ దేశం సుసంపన్నం కావాలంటే దేశం కోసం శ్రమించే ప్రజల సంఖ్య పెరగాలి.

అధ్యాయం 2

నిశ్శబ్ద శిక్ష

ఆచార్య నీతి

శిక్షలు రెండు రకాలు. మొదటిది తనకు శిక్షపడబోతున్నది అని ఆ వ్యక్తికి తెలియటం, రెండవది తెలియకుండానే శిక్షించబడటం. ఈ రెండు రకాల శిక్షలను - ఏది ఎప్పుడు ఎలా అమలుజరపాలో - రాజు ఎరిగి ఉండాలి.

నిశ్శబ్ద శిక్ష అని పిలువబడే రెండవ శిక్ష ఒక పథకం. దానిని గురించి చాలా కొద్దిమందికే తెలుసు, వారిలో చాలా కొందరే దానిని అర్థం చేసుకోగలరు. అది ప్రయోగించటం తెలిసిన బహుకొద్దిమందికే దానిని వదిలివేయాలనేది చాణక్యుల మతం.

ఆచార్య కథ

ఒకనాడు చంద్రగుప్తుడు చింతాక్రాంతుడై ఉండటం చాణక్యులు గమనించారు.

"మీ చింతకు కారణం ఏమిటి రాజా?" చాణక్యులు.

"మన అమాత్యులలో ఒకరిని గురించి. ఆయనతో వ్యవహరించటం కష్టంగా ఉన్నది. ఏం చేయాలో తోచటం లేదు."

"ఎందుకు? అసలు సమస్య ఏమిటి?" చాణక్యుల దృష్టిలో పరిష్కారం లేని సమస్యే లేదు.

"ఆచార్యా, ఈ అమాత్యులు నా గొంతులో ముల్లులాగ తయారయినాడు. నేను మింగలేక, కక్కలేక ఉన్నాను. నేను ఏమి చేసినా బాధ పెరుగుతూనే ఉన్నది. ఆయన ఇంత కాలం నిజాయితీపరుడు నమ్మదగినవాడుగా

ఉన్నాడు. కనుక ఆయనకు ఉన్నతపదవి ఇచ్చాను. ఆయన తన కృషి కొనసాగించటంలో ఆయనకు అమాత్య పదవి ఇచ్చాను. ఆయన త్వరలోనే నా సలహాదారులలో ముఖ్యుడయినాడు.

చాణక్యులు ఆశ్చర్యపోయినారు. "మంచిదే కదా! శ్రమించేవారిని, ఉత్పాదకులను ప్రోత్సహించాలి. ఉన్నత పదవులకు ఉద్ధరణ చెయ్యాలి. నీవు చేసిన దానిలో నాకు తప్పేమీ తోచటం లేదు."

ఆచార్యా, అసలు సమస్య ఆ తర్వాతనే తల ఎత్తింది. ఒకనాడు తప్పెరుగని ఆయన పని ప్రస్తుతం తప్పుల తడిక అయింది. ఒకనాడు నమ్మదగిన, సమర్థుడయిన వ్యక్తి ఈనాడు అవినీతిపరుడయిన బద్ధకస్తుడయినాడు.'

"అలాగా!" అటువంటి పరిస్థితులు చాణక్యులకు కొత్తేమీ కాదు. "అందులో చిక్కు ఏమున్నది ? అతని పదవి, అధికారం ఇచ్చింది నువ్వే కదా! అవి తీసివేయ్. నువ్వే రాజువు కదా ! నిన్నెవరు ఆపగలరు?"

"అది అంత సులువు కాదు ఆచార్యా ! ప్రస్తుతం ఆయన రాజ్యంలో ఒక కీలక పదవిలో ఉన్నాడు. ఆయనకు చాలా రహస్య సమాచారం- రాష్ట్ర రహస్యాలు, సేనావ్యూహాలు, చివరికి నా వ్యక్తిగత రహస్యాలు కూడా-తెలుసు. మొదట్లో ఆయనను గురించి ఇతర అమాత్యులు ఫిర్యాదులు చేస్తుంటే నేనే నిర్లక్ష్యం చేశాను. కాని ఆ ఫిర్యాదులు తీవ్రమై, పెరుగుతుంటే నేను కనిపెట్టవలసి వచ్చింది. నేనేం కనుక్కున్నానో తెలుసా?"

చంద్రగుప్తుడి ముఖంలో బాధ, నమ్మరాని తనము స్పష్టంగా కనిపించినవి. "ఒక ఆదర్శ అమాత్యుడని నేను నమ్మిన ఈ మనిషి తన అధికారాన్ని సర్వవిధాలా దుర్వినియోగం చేశాడు. ప్రభుత్వం సొమ్ము దోచుకు తింటున్నాడు, స్త్రీలోలుడయినాడు, దేశద్రోహానికి కూడా పాల్పడుతున్నట్లు వార్తలు వస్తున్నాయి. అతని ప్రవర్తన అసమ్మతమని, నేను సహించబోనని చెప్పాను."

"దానికతని సమాధానం "మహారాజా నన్ను పదవిలో నించి తొలగించితే నేనూ మిమ్ములను వదలబోను. రాష్ట్ర రహస్యాలు అన్నీ వీధికి ఎక్కిస్తాను. మీ

రహస్య సమాచారం మీ శత్రువుల చేతిలో ఉంటుంది. మీ రాజ్యం పూజ్యం అవుతుంది."

చంద్రగుప్తుడు వివేకశూన్యుడిలా తోచాడు. "నన్నేం చెయ్యమంటారు ఆచార్యా!"

"అతనిని హతమార్చు."

"ఎలా ? నేను అతనికి విరుద్ధంగా ఏమిచేసినా అది నాకే తిప్పికొడుతుంది. కారణం ప్రజల దృష్టిలో అతను నిజాయితీపరుడు."

"ఈ విషయంలో నువ్వు ప్రత్యక్షంగా ఏమీ చేయకూడదు. అతన్ని పరోక్షంగా శిక్షించాలి." చాణక్యుల ముఖం తీక్ష్ణతతో ఎరుపెక్కింది. "చంద్రగుప్త, అమాత్యుని అభిమాన విషయాలు జాబితా ఇవ్వు."

"ఆయనకు షడ్రుచుల భోజనం, వేడుకలు ఇష్టం. వేట అంటే బాగా ఇష్టం."

ఆ మర్నాడు పొరుగు రాజ్యం నించి ఆ అమాత్యులకు సందేశం వచ్చింది. అడవులలో వేటాడటానికీ ఆ తర్వాత విందు భోజనానికీ ఆహ్వానం. వేటలో ఉత్తములకు బహుమానం ఒక ప్రత్యేక ఆకర్షణ.

ఆశపోతు, న్యూనమనస్కుడు అయిన ఆ అమాత్యుడు అంత ఆకర్షణీయమైన ఆహ్వానాన్ని కాదనలేక పోయాడు. సందేశంలో చెప్పిన సమావేశ స్థలానికి వెళ్లాడు. ఆ తర్వాత ఆయన తిరిగి రాలేదు. కొన్ని రోజుల తర్వాత ఆయన మృతదేహం కనిపించినప్పుడు చాణక్యులు చంద్రగుప్తుడితో అన్నారు.

"మీ అమాత్యశ్రేష్ఠుడు, మిత్రుడు అయిన సలహాదారుడిని కోల్పోయినట్లు ప్రకటించు. అడవిలో ఆయన క్రూరమృగాలవల్ల హతుడైనాడు. అతని వంటిమీద కావలసినవన్ని క్రూరమృగ గాయాలు ఉన్నవి. నీ మాటల నెవరూ అనుమానించరు."

ఆయన హెచ్చరించారు. "ప్రజలు ఎన్నటికీ ఆయనను నిజాయితీపరుడు గానే తలచాలి. నిజం నీకూ నాకూ మాత్రమే తెలుసు" చంద్రగుప్తుడి సమస్య తీరింది. ఆయన ఉపశమించాడు.

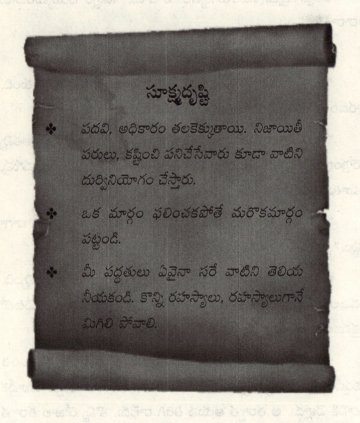

సూక్ష్మదృష్టి

* పదవి, అధికారం తలకెక్కుతాయి. నిజాయితీ పరులు, కష్టించి పనిచేసేవారు కూడా వాటిని దుర్వినియోగం చేస్తారు.

* ఒక మార్గం ఫలించకపోతే మరొకమార్గం పట్టండి.

* మీ పద్ధతులు ఏవైనా సరే వాటిని తెలియ నీయకండి. కొన్ని రహస్యాలు, రహస్యాలుగానే మిగిలి పోవాలి.

అధ్యాయం 3

ప్రాణం విలువ

ఆచార్య నీతి

మానవ జననం ఒక అద్భుతం. జీవితం పరమార్థం సాధించటానికీ ఇతరులకు సేవచేయటానికీ లభించిన అమూల్య అవకాశం. మనలో చాలామందికి జీవితం విలువ తెలియక దాన్ని దుర్వినియోగ పరుస్తాం లేదా వృధా చేస్తాం. మనం ఈ ప్రపంచంలో ఏదైనా సాధించవలెనంటే అది మానవదేహం, మేధలతోనే సాధ్యం. ఈ విషయం అర్థం చేసికొనటం చాల ముఖ్యం.

కనుక ఆత్మహత్య అత్యంత నీచమైన పని. ఒక అమూల్య కానుకను ధ్వంసం చేసే ఘోరకృత్యం. ఈనాడు చాల దేశాలు ఆత్మహత్యను చట్టవిరుద్ధంగా పరిగణిస్తున్నాయి.

మానవదేహాన్ని చాణక్యులు పవిత్రంగా పరిగణించారు.

ఆచార్య కథ

రాజ్యంలో ఆత్మహత్యలు పెరుగుతున్నాయని రాజుగారి సముఖానికి ఒకనాడు నివేదిక వెళ్లింది. తన మంత్రులను సమావేశపరిచి కర్తవ్యం చర్చించాలని రాజు నిర్ణయం. ఆ సమావేశంలో పాల్గొనవలసిందిగా చాణక్యులకు అభ్యర్థన వెళ్లింది.

"ఈ ఆత్మహత్యలకు కారణం ఏమిటి?" ఆచార్యులు అడిగిన మొదటి ప్రశ్న.

"ఆర్థిక సమస్యల కారణంగా కొన్ని, జీవితంలో ఎదగటానికి అవకాశాలు లోపించి మిగతావి."

"మ్ .... ఇది తీవ్రంగా యోచించవలసిన విషయం. మన ప్రజలకు ఆర్థిక అభివృద్ధికి ఏర్పాట్లు చేయాలి, జీవన స్థాయిని వృద్ధి చేయాలి. కొందరు ఆర్థిక శాస్త్రవేత్తలకు ఈ పని అప్పగించండి. ప్రజల ఆర్థిక స్తోమతు మెరుగుపరిచే చట్టాలు, న్యాయాలు వారు సూత్రీకరించగలరు. ఈ ఆత్మహత్యలకు మరేవైనా కారణాలు ఉన్నాయా?"

మాకు తెలిసినంతవరకు మరేమీలేవు." చంద్రగుప్తుడు.

"ఉన్నాయి." చాణక్యులు సాలోచనగా అన్నారు. "అవి ఎన్నడూ మీ ముందుకు రావని నా ఊహ. జీవితం మీద విరక్తి, మానవ ప్రయత్నం చేయకుండా తమ వైఫల్యాలకు, నిరాశ నిస్పృహలకు ఇతరులను నిందించటం..." ఆయన చెప్పినది నిజం కావటమే దురదృష్టకరం.

ఆయన చెప్పసాగారు. "కొన్ని సమయాల్లో మన నిరాశ నిస్పృహలకు ఇతరులు కారణం అవుతారు. కాని పరిస్థితుల నించి పారిపోవటం సమాధానం కాబోదు. వీరు తమరు వదలివెళ్తున్న వారిని గురించి ఆలోచించకుండా ఆత్మహత్యకు పాల్పడుతారు. ఎవరయినా అంత బాధ్యతా రహితంగా ఎలా ఉండగలరు?"

అప్పుడు ఆయన చంద్రగుప్తుడితో అన్నారు. "ఈ సమస్య ఎదుర్కోనటానికి మనం ఒక చట్టం స్థాపించాలి. ఒక వ్యక్తి ఆత్మహత్య చేసుకుంటే అతనికి/ ఆమెకు అంత్యక్రియలు జరుగవు. ఆ దేహం ఎటువంటి సంస్కారంలేకుండా దహనం చేయబడుతుంది."

మంత్రిమండలి ఆఘాతం పాలయింది. పురజనులు దైవభక్తి పరాయణలు, సంప్రదాయాన్ని గౌరవించేవారు.

"నిష్క్రమించిన ప్రతి ఆత్మకూ గౌరవం చూపాలి కదా. ప్రతి ఒక్కరి కుటుంబమూ ఆ జీవికి అంత్యక్రియలు జరపాలి. మన సంస్కృతికి విరుద్ధంగా ఎలా వ్యవహరించగలము?...."

"అవును. ఆత్మహత్య చేసుకునే వ్యక్తి సంస్కారి కాదు. వాస్తవానికి ఆ వ్యక్తికి మన సంస్కృతి తెలియకపోవటం అటుంచి అర్థం కూడా కాలేదన్నమాట!

ఈ మర్త్య దేహాన్ని మనం అమరత్వాన్ని సాధించటానికి పరమాత్మను చేరటానికి వినియోగించుతాము. అటువంటి సాధనాన్ని బాధ్యతారహితంగా అంతం చేయటం పాపం."

రాజుతో సహా మంత్రులందరూ ఆ ఆలోచనాపథంతో ఏకీభవించ లేకపోయినారు.

నిర్ణయించటం తన ఒక్కరి వల్ల కాదని తెలిసిన చాణక్యులు "ప్రస్తుతానికి ఈ చట్టం అమలు పరచుదాం. అది పనిచేస్తే అదే కొనసాగించుదాం. లేదంటే మరేదైనా ప్రయత్నించుదాం." ఆ ప్రకారం చట్టం పరిశీలనకు కొంతకాలం స్థాపితం అయింది. ఫలితాలను పరిశీలించటానికి మంత్రిమండలి ఒక నెల తర్వాత సమావేశం అయింది.

"ఆచార్యా, చట్టం చాలా ప్రభావశాలి అని ఋజువు అయింది. ఊహించరానంత అద్భుతంగా అది ప్రభావం చూపింది. మన పథకం సఫలం అయిందనటానికి ఆత్మహత్యలు చాలా వరకు తగ్గటమే తార్కాణం."

"ఆ ఆత్మహత్యలకు కారణాలు తెలిసికొని నివారణోపాయాలు కనుక్కున్నామా!" చాణక్యులు ఆ విషయంలో స్థితిగతులు తెలుసుకో గోరారు.

"మనం ఇంత క్రితం చర్చించినట్లుగానే పేదవారికి రావలసిన బకాయిలు అందలేదు. అందుకు యదార్థ కారణాలు ఉన్నవి. ప్రస్తుతం కార్మికులకు ప్రోత్సాహక వేతనాలతో ఈ సమస్య పరిష్కారం ఆరంభించాం." అన్నారు ఒక అమాత్యులు.

మరొక అమాత్యుల వాదన. "మనలో మనకు నిజాయితీ ఉండాలి. మన ఆర్థిక విధానం చక్కదిద్దాల్సిన అవసరం ఉందని కనుగొన్నాం. ఆ సవరణలు ఇప్పుడు చేపడతాం."

మరొక అమాత్యులు అక్కడి నించి కొనసాగారు. "దానికి తోడు మన వ్యవస్థలో అవినీతి, లంచగొండితనం వల్ల ప్రజలకు వారి బకాయిలు అందలేదు. అవినీతి, లంచగొండితనం నిర్మూలించే విధానాలు ప్రవేశ పెడుతున్నాం.

"మనం ప్రవేశపెట్టిన చట్టానికి ప్రజల స్పందన ఎలా ఉన్నది?" చాణక్యులు తెలుసుకో గోరారు.

అందరూ నవ్వారు. "ఎంతమంది ప్రజలు చావుకంటె మరణం తర్వాత తను దేహాలకు ఏమవుతుందోనని భయపడుతారో చూస్తే వింతగా ఉన్నది. వారి దేహాలకు అంత్యక్రియలు జరుగవని చెప్తేవారు ఆత్మహత్యకు గురించిన ఆలోచన కూడా విడిచిపెట్టేశారు."

చాణక్యులు అంగీకరించుతూ, అన్నారు "కొన్ని సార్లు మరణం పరిష్కారం కాదని నచ్చచెప్ప గలిగితే వారిని జీవించేట్లు చేయవచ్చు. జీవించటానికి ఒక్క కారణం ఉన్నా మరణాన్ని గురించి ఆలోచించనే కూడదు."

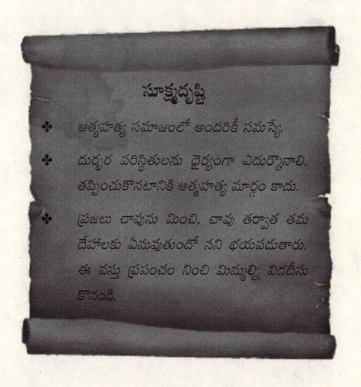

సూక్ష్మదృష్టి

- ఆత్మహత్య సమాజంలో అందరికీ సమస్యే.
- దుర్భర పరిస్థితులను ధైర్యంగా ఎదుర్కొనాలి. తప్పించుకొనటానికి ఆత్మహత్య మార్గం కాదు.
- ప్రజలు చావును మించి, చావు తర్వాత తమ దేహాలకు ఏమవుతుందో నని భయపడుతారు. ఈ వస్తు ప్రపంచం నించి మిమ్మల్ని విడదీసు కొనండి.

అధ్యాయం 4

పన్నులు చెల్లించండి

ఆచార్య నీతి

ప్రభుత్వం ప్రత్యక్షంగాను పరోక్షంగాను పన్నులు సేకరించుతుంది. అయితే అనేక కారణాలవల్ల ప్రజలు పన్నులు చెల్లించటానికి సుముఖంగా ఉండరు. కొందరు తమ కష్టార్జితాన్ని ప్రభుత్వానికి అప్పగించటానికి ఇచ్చగించరు. మరికొందరు పన్ను కట్టడం కంటె డబ్బు దానధర్మాలకు వినియోగించటం మేలని తలుస్తారు. ఇంకా కొందరు ప్రభుత్వం ఎలాగూ అవినీతి మయం గనుక, పన్నులు చెల్లించనవసరం లేదనుకుంటారు.

కారణం ఏదైనా కానీయండి, మీరు పన్నులు చెల్లించక తప్పించుకోలేరు.

ఆచార్య కథ

ఒకసారి రాజాస్థానంలో చాణక్యులు అన్నారు.

"మన పన్నుల చట్టాలు అన్నిటికంటె ముఖ్యంగా 'ప్రజామిత్ర' లయి ఉంటాలి.

ఒక ప్రవీణులు అన్నారు. "ఆచార్యా, మన ప్రజలు నిజాయితీగా పన్నులు చెల్లింపరు."

అందుకే మన చట్టాలు ప్రజామిత్రలుగా ఉండాలి అన్నాను. పన్నులు చెల్లించాలి అనే భావన వారికే కలగాలి."

"ప్రజలు ఎక్కడైనా పన్నులు సంతోషంగా చెల్లిస్తారా?" మరొకరి ప్రశ్న.

అందరి ముఖాలలో అదే ప్రశ్న. ఇది ఎన్నటికైనా ఎలా సాధ్యం?

దేశికులు అప్పుడు వారికి ఒక దృష్టాంతం చెప్పారు. "తేనెటీగలు తేనె సేకరించినట్లుగా మనం పన్నులు సేకరించాలి. తేనెటీగ తేనె సేకరించటానికి ప్రతి పువ్వు వద్దకూ వెళ్తుంది. అయితే అది పువ్వును హాని చేయకుండా జాగ్రత్త పడుతుంది. మొదట అది పూవులో ఎంత తేనె ఉంటుందో అంచనా వేస్తుంది. ఆ తర్వాత ఆ తేనె అంతా కాక అందులో కొద్ది భాగం మాత్రమే సేకరించుతుంది. అప్పుడది మరొక పువ్వు వద్దకు వెళ్లి అదే పనిచేస్తుంది. ఆ పిదప తర్వాతిది. ఈ విధంగా అది తనకు కావలసిన తేనె నంతా సేకరించుతుంది. అయితే ఏ పువ్వు లోనూ తేనె భాండాన్ని ఎండబెట్టదు. ఇందులో మనం నేర్చుకొనవలసినది ఏమైనా ఉన్నదా?"

చంద్రగుప్తుడు అన్నాడు. "ప్రతి ఒక్కరి వద్దనించీ కొద్ది కొద్దిగా సేకరించాలి. అప్పుడు వారు సంతోషిస్తారు."

చాణక్యులకు ఇంకా తృప్తి కలుగలేదు. "అవును తేనె సేకరించిన తేనెటీగ సంతోషంగానే ఉన్నది. మరి పువ్వు మాటేమిటి?"

అందరూ ఒకరి ముఖాలు ఒకరు చూసుకున్నారు. పువ్వుకు ప్రయోజనం *ఏమిటి? ప్రభుత్వం పన్నులు రాబట్టినట్లు తేనెటీగకు తన తేనె దొరికింది.'*

"అందులో పూవుకు కూడా ప్రయోజనం ఉన్నది." చాణక్యులు వివరించారు. "పూవులోని పరాగం పునరుత్పత్తి కోసం నిర్దేశించబడింది. ఈ పరాగరేణువులు మరొక పూవును చేరితేనే పరాగ సంపర్కం జరుగుతుంది. పూవులు స్థావరాలు కనుక పరాగ సంపర్కం కలగటానికి బయట దూతలు అవసరం."

మంత్రిమండలిలో అవగాహన కళ్లు తెరిచింది "పరాగరేణువులను ఒకపూవు నించి మరొక పూవుకు చేరవేసే దూత తేనేటీగ అన్నమాట!"

"ఇది జయ-జయ పరిస్థితి అంటాను. ఇది పరస్పర ఆధారిత సంబంధం. బతకటానికి ఇద్దరూ ఒకరి మీద ఒకరు ఆధారపడి ఉన్నారు."

పన్నులు చెల్లించండి 137

"ఆచార్యా ఈ దృష్టాంతాన్ని మన పన్నుల విధానానికి ఎలా అమలు పరచగలము?" చంద్రగుప్తుల ప్రశ్న.

"మొదట ధనికులైన పౌరులను తీసికొనండి. వారు ఉత్పాదకులు గనుక వారు ధనికులే కాక రాష్ట్రానికి సంపద సృష్టించుతున్నారు. వారికి మనం విధించే పన్నులు వారిని వధించకూడదు. వారు చెల్లించుతున్న పన్నులకు బదులుగా మనం వారికి సంపద సృష్టించే అవకాశాలు మెరుగుపరచాలి. వారికి అది సంతోషం కలిగించుతుంది."

"మరి పేదల మాటేమిటి?" రాజు తెలుసుకోగోరాడు.

"వారు పన్నులు చెల్లించగలస్థాయికి ఉత్పాదకులను చేయటం మన వంతు." ఆచార్యుల సమాధానం. "పేదవాడు పేదరికంతోనే అంతం అవాలని కోరుకోడు. అతను శ్రమించి తనకై సంపద చేకూర్చుకొనే అవకాశాలు మనం కల్పించాలి. అతను తగినంత సంపాదించిన తర్వాత, అందుకు తగిన పన్ను విధించాలి. ప్రతివారు పన్ను చెల్లించేటట్లు చేస్తే ప్రస్తుతంవారు ధనికులు కాకపోయినా, అవటానికి ప్రయత్నించుతారు. జయ – జయ పరిస్థితి సృష్టించాలి అంటే మనం తేనెటీగల లాగ తేనె కొద్దికొద్దిగా సేకరించాలి."

చాణక్యులు చెప్పేది మంత్రిమండలిలో ప్రతి ఒక్కరూ శ్రద్ధగా వింటున్నారు. "ఒక చివరి మాట – పన్ను చెల్లించేవారిని మనం గౌరవించు తున్నామని రూఢిపరుచుకోవాలి. మన గౌరవం సన్మానాలతోను పురస్కారాల ద్వారాను వెల్లడించాలి. దేశసంపదకు వారి తోడ్పాటును, సహకారాన్ని మనం గుర్తించినట్లు తెలియజేయాలి. వారి ధనం పేదలకు ఎలా ఉపయోగపడిందో చూపుతే వారు కూడా పన్నులు చెల్లించటంలో శుభాన్ని అనుభూతి చెందుతారు."

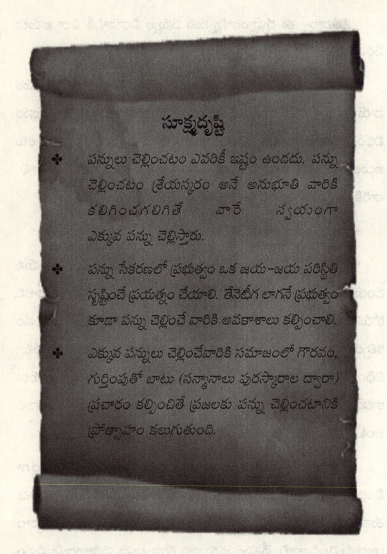

సూక్ష్మదృష్టి

- పన్నులు చెల్లించటం ఎవరికీ ఇష్టం ఉండదు. పన్ను చెల్లించటం శ్రేయస్కరం అనే అనుభూతి వారికి కలిగించగలిగితే వారే స్వయంగా ఎక్కువ పన్ను చెల్లిస్తారు.
- పన్ను సేకరణలో ప్రభుత్వం ఒక జయ-జయ పరిస్థితి సృష్టించే ప్రయత్నం చేయాలి. తేనెటీగ లాగనే ప్రభుత్వం కూడా పన్ను చెల్లించే వారికి అవకాశాలు కల్పించాలి.
- ఎక్కువ పన్నులు చెల్లించేవారికి సమాజంలో గౌరవం, గుర్తింపుతో బాటు (సన్మానాలు పురస్కారాల ద్వారా) ప్రచారం కల్పించితే ప్రజలకు పన్ను చెల్లించటానికి ప్రోత్సాహం కలుగుతుంది.

అధ్యాయం 5

నిశ్శబ్దంగా సొమ్మువసూలు

ఆచార్య నీతి

ఎవరైనాసరే డబ్బులేనపుడు ఏం చేయాలి?

వ్యక్తులకే గాక, ప్రభుత్వాలకు కూడా క్రమం తప్పకుండా ఎదురయ్యే సమస్య ఇది.

ఎంత నిపుణతతో పథకాలు రచించి, అత్యంత శ్రమచేసినా అప్పుడప్పుడు మనకు చేతిలో చిల్లిగవ్వలేని పరిస్థితులు ఎదురవటం కద్దు. అవి గత్యంతరం లేని నిరాశామయ సన్నివేశాలు.

చాణక్యుల వంటి వ్యక్తికి ఏ సమస్యకైనా అనేక పరిష్కారాలు ఉన్నట్లే, అందరికీ ఉన్నవి. మనం చేయవలసినదల్లా మేధోమథనమే.

ఆచార్య కథ

'మహారాజా ! రాజ్యంలో కొన్ని ప్రాంతాలలో విపరీతమైన కరువు ఏలుతున్నది. ఏం చెయ్యాలి?" ఆదాయశాఖ అమాత్యుల ప్రశ్న చంద్రగుప్తుడికి.

"మన కోశాగారం ఎలా ఉన్నది?" చంద్రగుప్తుడి తిరుగుప్రశ్న.

"అంత ఆరోగ్యంగా లేదు. వర్షాలు సరిగా కురవని కారణంగా పన్నులు పూర్తిగా సేకరించలేదు. ధాన్యాగారంలో వస్తువులు రెండు నెలలకు మించి నిలవవు. జీతాలు చెల్లించాలి. రాజభవనానికి మరమ్మత్తు, పోషణ అవసరం. నడుస్తున్న యోజనలకు ధనం కావాలి. దానికి తోడు కరువుపాలయిన ప్రజలను ఆదుకొనటానికి నిధులు కేటాయించాలి."

"ఇప్పుడేం చేయాలి!"

చంద్రగుప్తుడు, ఆయన అమాత్యులు సమస్యను గురించి యోచించుతున్న సమయంలో ఆచార్య చాణక్యులు – ఆయనే ఒక పరిష్కారం – మందిరం ప్రవేశించారు. ఎప్పటివలెనే ఆయన వద్ద పరిష్కారం ఉన్నది.

"సడీ చప్పుడూ లేకుండా డబ్బు వసూలు చేసే పద్ధతి అమలుపరచాలి." చాణక్యుల వారి ఈ కిటుకు చాలామందికి తెలియదు. ఆయన ఎవరికీ వెలిబుచ్చలేదు. ప్రస్తుతం అది వెలిబుచ్చటమేగాక అమలు పరచ వలసిన సమయం వచ్చింది.

"ప్రభుత్వం వసూలు చేయవలసిన సొమ్ము భారీ మొత్తం. ఆపత్సమయంలో దానిని సమర్థవంతంగా తక్షణం వసూలు చేయటానికి రహస్య మార్గాలు ఉన్నవి."

"అది ఎలా ఆచార్యా!"

ఇలాంటి సమయాలలో మనకు సాయపడే వ్యక్తులు కొందరు ఉన్నారు. ప్రభుత్వం జీతాలు పంచే జాబితాలో వారి పేర్లు ఉంటాయి. కాని చెప్పనంతవరకూ వారు ఏమీ చెయ్యరు. వారు నిశ్శబ్ద యోధులు. వారు మన తరపున పోరటానికి సిద్ధంగా ఉంటారు. మనకు మరోదారి లేనపుడు మాత్రమే వారిని వినియోగించుతాము."

తనను తర్వాత ఏకాంతంగా కలవవలసిందిగా చంద్రగుప్తుడిని ఆదేశించారు చాణక్యులు. ఆరాత్రి చంద్రగుప్తుడు చాణక్యుల స్థావరం చేరినపుడు అక్కడ ముగ్గురు అపరిచితులు ఉన్నారు. ఆచార్యులు వారిని ఏదో ప్రశ్నించు తున్నారు. చంద్రగుప్తుడి రాక గమనించి ఆయన వారికి నిష్క్రమించుమని చెప్పారు. అప్పుడు ఆయన రాజుకేసి తిరిగారు.

"నేను చాలామంది రహస్య వార్తాహరులను నియమించాను. ఇప్పుడు నువ్వు చూసిన ముగ్గురు అందరినీ మించినవారు. అనధికార ఆర్థిక వ్యవస్థ

ఎలా పనిచేస్తుందో వారికి బాగా తెలుసు. అల్ప వ్యవధిలో వారు మన ప్రభుత్వ కోశాగారం నింపగలరు."

ఆచార్యులేం చేస్తున్నారో ఇంకా అర్థం చేసుకోవటానికి చంద్రగుప్తుడు ప్రయత్నిస్తున్నాడు. కాని ఆయన వేచి ఉండి గమనించటానికి నిశ్చయించుకున్నాడు.

"నేను వారందరినీ విడివిడిగా కలిసికొని ఎవరెవరు ఎంత వసూలు చేయాలో ఎలా చేయాలో చెబుతాను." ఆయన చంద్రగుప్తుడికి చెప్పారు.

ఆయన అన్నంతపనీ చేశారు. ఆయన మాట్లాడిన మొదటి వ్యక్తి వర్తక సంఘంలో పనిచేస్తాడు. చాణక్యులు అడిగారు. "ఈ కరువు తీరే ధాన్యం ఎక్కడ దొరుకుతుంది?"

"ఆచార్యా, ఇది 20 మంది ధాన్యవర్తకుల జాబితా. వీరంతా రైతుల పంటను దొంగిలించి, వారి స్వంత గిడ్డంగులలో దాచారు. వీరు ప్రభుత్వ అధికారులను లంచాలతో లోబరుచుకున్న మోసగాళ్లు. ఇప్పుడు కరువు తీవ్రమవుతున్నది గనుక వారు ఇదంతా నల్లబజారు కెక్కిస్తారు."

చాణక్యులు ఒక్క క్షణం ఆలోచించి అన్నారు. "నీకు ముగ్గురు ప్రభుత్వ అధికారులను 20 మంది సైనిక పటాలాన్ని ఇస్తాను. వెళ్లి అందరినీ దాడి చేయండి. ఈ విషయం బయటికి పొక్కకూడదు. ధాన్యం అంతా తీసుకురండి. దాడి జరిగిన మూడురోజులలోగా ధాన్యం అంతా ప్రభుత్వ గిడ్డంగులలో చేరాలి."

తలూపి ఆ వ్యక్తి వెళ్లిపోయాడు.

ఆచార్యులు తర్వాతి వ్యక్తిని ప్రశ్నించారు. "చెప్పు వడ్డీవ్యాపారం ఎలా సాగుతున్నది?"

జవాబు చంద్రగుప్తుడి పాలిట ఉరవడి అయింది.

"ఆచార్యా వారి వ్యాపారం ఉధృతంగా ఉన్నది. ప్రజలు ఆర్థిక క్షోభలో

నిశ్శబ్దంగా సొమ్ము వసూలు   143

ఉన్నపుడు వడ్డీవ్యాపారస్థులు మూడు నాలుగు రెట్లు వడ్డీ గుంజుతారు. దానికి తోడు నకిలీ నాణాలతో మోసం చేస్తారు. వారంతా కలిసి సుమారు 100 మంది ఉంటారు."

వడ్డీ వ్యాపారస్తులు ఒక్కొక్కరినీ విచారించే వ్యవధి లేదు. కోశాగారంలోకి తక్షణం ధనం చేరటమే ఆయన లక్ష్యం.

"సరే ! పల్లెలో సాహసి అయిన యువకుడు నాకు తెలుసు. అతనికి ఈ వడ్డీవ్యాపారంలో ముగ్గురు ముఖ్యులను చూపించు. అతను ఆ ముగ్గురినీ చంపుతాడు. ఆ పని పూర్తికాగానే ఆ వార్త పాకించు. ఈ నేరస్థులకు గుణపాఠం నేర్పాలి. మరణభయం సోకగానే వారే పరుగెత్తుకు వచ్చి ఆత్మరక్షణార్థం కోశాగారం నింపుతారు."

ఇప్పుడు మూడవ వ్యక్తి వంతు. అతనిని చూపుతూ చాణక్యులు అన్నారు. "ఇతనే అందరికన్న మిన్న. మన ప్రభుత్వంలో పనిచేసే అవినీతిపరుల జాబితా ఇతని వద్ద ఉన్నది." ఆ పేర్లు చదివిన తర్వాత చాణక్యులు అన్నారు.

"మహారాజా మీరే స్వయంగా వీరివద్దకు వెళ్లి శిక్ష ప్రకటించాలి. వారి పదవులు పోతాయనే భయంతో మీకు కావలసింది వారు చిటికెలో సమర్పించుకుంటారు."

చాణక్యుల పథకం పొల్లు పోకుండా పనిచేసింది. తర్వాత వానలు కురిసినవి. తదుపరి రాజ్యంలో పరిస్థితులు కుదుటపడినవి. అప్పటికి గురువుగారి దయవల్ల చంద్రగుప్తుడు సహజ విపరీతాలను ఎలా ఎదుర్కొనాలో నేర్చుకున్నాడు.

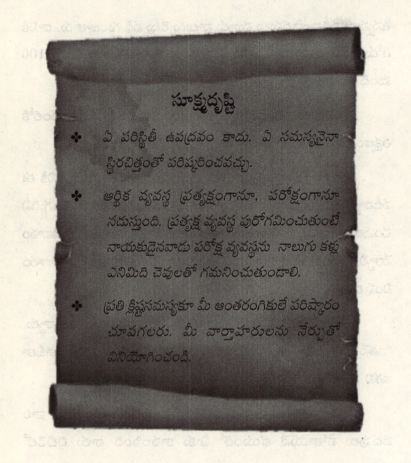

సూక్ష్మదృష్టి

- ఏ పరిస్థితీ ఉపద్రవం కాదు. ఏ సమస్యనైనా స్థిరచిత్తంతో పరిష్కరించవచ్చు.
- ఆర్థిక వ్యవస్థ ప్రత్యక్షంగానూ, పరోక్షంగానూ నడుస్తుంది. ప్రత్యక్ష వ్యవస్థ పురోగమించుతుంటే నాయకుడైనవాడు పరోక్ష వ్యవస్థను నాలుగు కళ్లు ఎనిమిది చెవులతో గమనించుతుండాలి.
- ప్రతి క్లిష్టసమస్యకూ మీ అంతరంగికులే పరిష్కారం చూపగలరు. మీ వార్తాహరులను నేర్పుతో వినియోగించండి.

అధ్యాయం 6

స్త్రీలు – ఉద్యోగం

ఆచార్య నీతి

స్త్రీ శక్తియోజన ఆధునిక భావం కనుక చాణక్యుల కాలానికి ఈ భావానికి సంబంధం ఏమిటని ఆశ్చర్యం కలుగవచ్చు. అయితే స్త్రీ శక్తికి – ముఖ్యంగా స్త్రీ ఉద్యోగాలకు – మన ప్రాచీన శాస్త్రాలలో చాలా తెలుసుకోవలసిన విషయాలు ఉన్నాయి. స్త్రీవిద్య, స్త్రీ ఉద్యోగము దేశాభివృద్ధికి చాలా అవసరం.

మనదేశం స్త్రీశక్తికి జోహారు పలుకుతుంది. శక్తి అనేది ఈ దేశంలో స్త్రీకి మారుపేరు. స్త్రీలు ఆదాయం/జీతం కోసం ఉద్యోగం చేయాలని ప్రోత్సహించిన వారిలో చాణక్యులు తొలిశ్రేణిలో ఉంటారు. మన గతవైభవాన్ని పునరుద్ధరించవలసిన అవసరం ఎంతైనా ఉన్నది.

ఆచార్య కథ

చాణక్య చంద్రగుప్తులు రాజ్య వ్యవహారాలు చర్చించుతున్నారు.

"మన స్త్రీల విషయంలో మనం ఏదయినా చెయ్యాలి." వ్యాకుల మనస్కులైన గురువు అన్నారు.

"ఎందుకు ఆచార్యా? సమస్య ఏమిటి? మనం స్త్రీలను గౌరవించుతాము. మనరాజ్యంలో వారు భద్రంగా ఉన్నారు. మీ చింతకు కారణం ఏమిటి?"

చాణక్యుల సమాధానం "అవును, మన రాజ్యంలో స్త్రీల అంతస్తు బాగానే ఉన్నది. దానిని ఇంకా మెరుగుపరచాలనేదే నా కోరిక" ఆయన అన్నారు. "స్త్రీలను గౌరవించటమనేది ఆనవాయితీ, అది మన సంస్కృతి. వారి శ్రమకు ప్రతిఫలం కూడా మనం చెల్లించాలి."

చాణక్యులు మాత్రమే తమ మాటలను అర్థం చేసుకున్నట్లు తోచింది. అయితే తను అనుకున్న భావాన్ని తెలియజెప్పటం ఆయన ప్రావీణ్యం. ఆయన అదే చేశారు. "ఇప్పుడు చెప్పు. నువ్వు ఏ స్త్రీని అత్యధికంగా గౌరవించుతావు?"

"ఇంకెరు ? మా అమ్మ!" చంద్రగుప్తుడి, అనాయాస సమాధానం.

"ఆమెకు నువ్వు ఎంత ఇస్తావు?"

"ఆమెకు ఇవ్వటమా ? ఆచార్యా ఆమె రాజమాత! ఆమెకు ధనం అవసరం లేదు. అంతా ఆమె ఆధిపత్యంలోనే ఉన్నవి" అన్నాడు కొడుకు గర్వంగా.

చాణక్యులు నవ్వారు. "స్త్రీలు శక్తియుతులు అంటావు? రాజమాతకు అధికారము అంతస్తుతో బాటు ఆర్థిక స్వాతంత్ర్యం కూడా కావాలి."

అర్థం కాకపోయినా చంద్రగుప్తుడు తలూపాడు.

"నీ రాణుల మాటేమిటి?" చాణక్యులు తెలసుకోగోరారు.

"నా రాణులా ! ఆచార్యా వారు కలగన్నవన్నీ వారికి ఉన్నవి. వారికి ధనం అక్కరలేదు."

"మన సంస్కృతిలో స్త్రీని ఐశ్వర్యానికీ, సౌభాగ్యానికీ మూలమయిన లక్ష్మీదేవితో పోలుస్తారు. అయితే ఈ అంతస్థు మాటలకే పరిమితమయింది. దానిని ఆచరణ యోగ్యం చేయాలి."

అప్పుడు చాణక్యులు ఒక పథకం సూచించారు. "ఈసారి ప్రభుత్వోద్యోగులకు జీతాలు ఇచ్చేటపుడు ఆ జాబితాకు మరి ఇద్దరిని రాజమాతను, మహారాణిని జోడించు. ఈ నిర్ణయం మహాప్రభావశాలి అంటే నమ్ము."

చంద్రగుప్తుడు నిరభ్యంతరంగా ఒప్పుకున్నాడు. కాని ఇంకా ఆయనకు సందేహం. "ఇద్దరికీ ఎందుకు? ఒకరికి ఇస్తే చాలుగదా? అదీ వారిని

శక్తియుతులను చేసినట్లే గదా!"

ఆచార్యులు చిరునవ్వుతూ వివరించారు. "నువ్వు ఒకరికే ఇస్తే రెండవ వారి అనుభూతి మాటేమిటి? ఒకరు నీకు జన్మనిచ్చి, పోషించి, పెంచి ఈ ప్రపంచంలో నించో బెట్టారు. మరొకరు తన ఇంటినీ, కుటుంబాన్నీ అంతా వదిలి నీ కోసం వచ్చి, సర్వకాల సర్వావస్థల లోనూ నీకు తోడు ఉండేవారు. అందులో ఒకరినే ఆదరించటం సమంజసం కాదు. ఇద్దరినీ సమంగా శక్తియుతులుగా ఆదరించాలి.

చంద్రగుప్తుడు అంగీకరించాడు. ఆ నెల తమకు ముట్టిన గణనీయమైన మొత్తాలు చూసి రాజమాత, మహారాణి ఆశ్చర్య చకితులైనారు. చాణక్యులు తమ భావన వెలిబుచ్చే వరకూ ఆ ఇరువురు స్త్రీలలో ఏ ఒకరికీ తమ విలువ తెలియదు.

"వారి స్పందన ఎలా ఉన్నది?" చాణక్యులు రాజును అడిగారు.

"అంతకు మునుపు ఎన్నడూ వారు అంత సంతోషంగా కనిపించలేదు. మీ ఆలోచన సఫలమయింది." చంద్రగుప్తుడు సంతోషించాడు. కాని చాణక్యులు ఇందుకు పూర్తిగా సమ్మతించలేదు.

"వారి సంతోషానికి డబ్బు ఒక్కటే కారణం కాదు ఈ స్త్రీలు నీకు ఏ ఖర్చు లేకుండా సలహా ఇస్తారు. తమ ఉద్దేశాలతో మీ పథకాలకు ఊతం ఇస్తారు. ఈ స్త్రీలు చేసిన పనినే చేసే అమాత్య బృందానికి మాత్రం ఘనంగా వేతనాలు చెల్లించుతాం. ప్రతి సమస్యకూ స్త్రీబుద్ధి ఒక నూతన కోణం జోడిస్తుంది. కాని మనం అది వారి ధర్మం, మన హక్కు అన్నట్లు చూస్తాం. చాలా సందర్భాలలో వారిని తలదూర్చవద్దనటం కూడా జరుగుతుంది. స్త్రీలు వంట ఇంట్లో మాత్రమే ప్రయోజకులు అనేది మిథ్య. స్త్రీ తన స్వంతమేధతో, స్వంత అనుభూతులతో ఒక సంపూర్ణ వ్యక్తి.

ఆ తర్వాత చంద్రగుప్తుడు రాజ్యపాలనలో తల్లి, భార్యల ఉద్దేశ్యాలు, తెలిసికొనటం ఆరంభించాడు. ఆలోచనలో, ఐశ్వర్యంలోను విభిన్న దృక్పథాలు ఆయన రాజ్యాన్ని సంపన్నం చేసినవి. తర్వాత సమావేశంలో చంద్రగుప్తుడు ఇంకా తెలుసుకోగోరాడు. "ఆచార్యా స్త్రీలను వినియోగించటానికి ఇంకా ఏమి చేయవచ్చు?"

"స్త్రీలను మాత్రమే నియోగించగల పరిశ్రమ ఎందుకు ఆరంభింపకూడదు? అది మన ఆర్థిక వ్యవస్థకు కూడా తోడ్పడుతుంది." గురువు సూచన.

అక్కడే ఉన్న ఒక వరిష్ట ఆర్థిక శాస్త్రజ్ఞుడు అన్నాడు. "మనం వస్త్ర పరిశ్రమను విస్తరింపజేసే ప్రయత్నంలో ఉన్నాం. అందుకు నిపుణమైన కార్మిక వర్గం బహుళంగా అవసరం. ఈ విభాగంలో మనం స్త్రీలను ఎక్కువగా వినియోగించవచ్చు కదా!"

చాణక్యులకు ఆ ఆలోచన వచ్చింది. "అద్భుతమైన ఆలోచన ! తక్షణం దీనిని ఆచరణలో పెట్టుదాం. వృద్ధ స్త్రీలు, విధవలు, కుటుంబాల ఆధారమైన యువతులు వీరందరికీ అవకాశాలు కల్పించాలి. దానితో బాటు వారి రక్షణకు, భద్రతకు అవసరమైన చట్టం తయారు చెయ్యాలి. ఏ పురుషుడూ, తన దగ్గర పనిచేస్తున్న స్త్రీని, నిస్సహాయత ఆసరా చేసికొని అన్యాయం చేయకూడదు."

"మనలను పురోభివృద్ధి బాటన నడిపించేది మన స్త్రీలే." ఆయన స్వగతం.

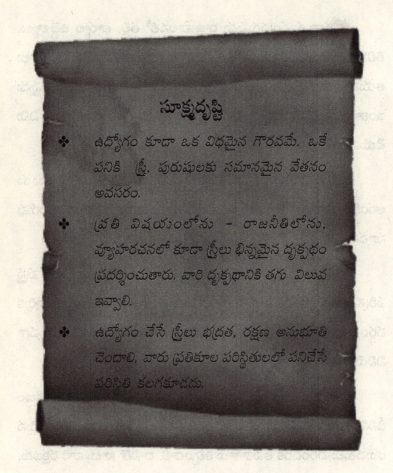

సూక్ష్మదృష్టి

- ఉద్యోగం కూడా ఒక విధమైన గౌరవమే. ఒకే పనికి స్త్రీ, పురుషులకు సమానమైన వేతనం అవసరం.

- ప్రతి విషయంలోను - రాజనీతిలోను, వ్యూహరచనలో కూడా స్త్రీలు భిన్నమైన దృక్పథం ప్రదర్శించుతారు. వారి దృక్పథానికి తగు విలువ ఇవ్వాలి.

- ఉద్యోగం చేసే స్త్రీలు భద్రత, రక్షణ అనుభూతి చెందాలి. వారు ప్రతికూల పరిస్థితులలో పనిచేసే పరిస్థితి కలగకూడదు.

అధ్యాయం 7

గురుపుత్రుడు

ఆచార్య నీతి

ఆచార్యులు సమాజంలో అత్యంత గౌరవం కలవారు. అటువంటి గురువు బిడ్డగా పుట్టటం ఒక వరమేగాక పురస్కారం కూడా. ఇంటిలో నిరంతర అధ్యయన వాతావరణం ప్రయత్నం లేకుండానే ఆ బిడ్డకు విద్యగరుపుతుంది.

చణకుల కుమారుడుగా చాణక్యులకు ఆ ప్రయోజనం కలిగింది. ఆయన తండ్రి అత్యంత మేధావి అయిన గురువు. ఆయన అర్థశాస్త్రంలోను, రాజనీతి లోను నిష్ణాతులే కాక ఘన యోచనాపరులు. ఆయన తన విద్యార్థులనే గాక అనేకమంది గురువులను కూడా ఉత్తేజితులను చేశారు. ఎదిగే వయసులో చాణక్యులకు తండ్రే దైవం. సహజంగా ఆయన తండ్రి అడుగుజాడలలో నడిచారు.

చాణక్యులు విశ్వవిద్యాలయంలో గురువుగా బోధన చేసి చాలాకాలం అయింది. రాష్ట్ర నిర్మాణం అనే అద్వితీయ మహాకార్యానికి, దైవము, అదృష్టము చాణక్యులను ఎంచుకున్నాయి. ఆయన సఫలత, ప్రభావము తరతరాలుగా నిలిచిపోయింది. తను ఒక యుగపురుషుడవుతాడనీ, తనను గురించి ఎన్నటికీ మాట్లాడుతూనే ఉంటారనీ ఆయన ఆనాడు ఊహించి ఉండకపోవచ్చు. ఆయన అలెగ్జాండరును ఓడించి, తాను సృష్టించిన సామ్రాజ్యానికి చంద్రగుప్తుడిని మహారాజును చేశారు. ఆయన చట్టాలు శాసనాలు రాష్ట్రాన్ని కలకాలం బలిష్టంగా, శక్తిమంతంగా ఉంచుతాయి. కాని త్వరలోనే పదవీ విరమణ సమయం వస్తుంది.

ఆచార్య కథ

చాణక్యులు తన జీవితాన్ని నెమరు వేస్తున్నారు – అది సులువైనది కాదు. తన బాట అంతా కంటక మయం. తరుచు ఏ మార్గమూ లేక తనే మార్గం సృష్టించుకొనవలసి వచ్చింది. ప్రస్తుతం తన కర్తవ్యం ముగిసిందనీ, చంద్రగుప్తుడు మరొక ముఖ్య సలహాదారును చూసుకొనవలసిన సమయం ఆసన్నం అయిందని ఆయన నమ్మకం. అవసరమైతే తను ఉంటారు కాని దైనందిన ఉద్యోగం ఇప్పుడు మరొకరి సొత్తు. యోగ్యులయిన వ్యక్తులకోసం ఆయన అన్వేషణ ఆరంభించారు.

ఆయన అన్వేషణ ఎంత గోప్యంగా సాగినా జనం కళ్లు కప్పలేక పోయింది. ఒకసారి బయటకు పొక్కేసరికి కార్చిచ్చులా విజృంభించింది. "ఆచార్యులు రాజాస్థానంలో క్రియాశీల ఉద్యోగం విడిచి పదవి విరమించ బోతున్నారట!" ఆ వార్త త్వరలోనే చంద్రగుప్తుడిని చేరింది. మరుక్షణమే ఆయన గురువు సన్నిధి చేరాడు.

"ఏమిటిది ఆచార్యా! నేను విన్నది నిజమేనా? మీరు పదవీ విరమణ చేయదలిచారా?"

చాణక్యులు అబద్ధమాడ తలచలేదు. "కొంత కాలంగా ఆ విషయమే ఆలోచించుతున్నాను. ఇక్కడ నాపని పూర్తి అయింది. నీవు సమర్థుడివీ, బలవంతుడివీ ఆయిన రాజువయ్యావు. నీకు సలహా ఇచ్చి దారి చూపటానికి తగినంత మంది విజ్ఞులు ఉన్నారు." ఒక క్షణం విరామం తరువాత ఆయన "నేను మళ్లీ శిక్షణ నివ్వవలసిన సమయం వచ్చింది."

చంద్రగుప్తుడు ఆయన పాదాలవద్ద మోకరిల్లాడు. "ఆచార్యా మీరు లేకుండా నేను ఎలా పరిపాలించగలను? నాకు మీరు నిరంతరం దారి చూపాలి. లేకపోతే నా నిర్ణయాలు సబబో కాదో నాకెలా తెలుస్తుంది? లేదు

ఆచార్యా, మీరు వెళ్లటానికి వీలులేదు. మీరు నాకు కావాలి. ఈ రాష్ట్రానికి కావాలి.” కాని చాణక్యుడు తల అడ్డంగా తిప్పారు.

“చంద్రగుప్తా, నీకు తెలియక పోయినా నువ్వు సంసిద్ధుడివి అయినావు. కొద్ది రోజుల క్రితం కొందరి చెప్పుడు మాటలు విని నా వద్దకు రావటం మానివేశావు- గుర్తుందా! అప్పటికి నీవు సంసిద్ధంగా లేవని తెలిసి నేనే నీ వద్దకు వచ్చాను. కాని ఈనాడు అది తారుమారు అయింది. నువ్వు సిద్ధంగా లేవని నువ్వనుకుంటున్నావు. కాని నువ్వు సంసిద్ధుడివైనావనీ నీకాళ్లమీద నువ్వు నిలబడ గలవనీ నాకుతెలుసు. నువ్వు ఎదిగావు నాయనా. నిన్నుచూసి గర్విస్తున్నాను. నీ పాలన సుదీర్ఘమై, సుభిక్షమై విలసిల్లాలి.” చంద్రగుప్తుడిని దీర్ఘాలోచనకు వదిలి చాణక్యులు అక్కడినించి వెళ్లిపోయారు.

రాజప్రాసాదం వదిలి వెలుపల అడుగు వేయటానికి ఆయన ఇంకా వెనుకనించి వచ్చేతోపుడు కోసం కాచుకుని ఉన్నారు. ఆరాత్రి ఆయనకు కలలో తండ్రి కనిపించాడు. ఆప్యాయమయ స్వరంతో చణక ఋషి అన్నారు.

“నాయనా నేను గర్వించదగిన పనిచేశావు. నేను మహాబల సంపన్నమైన ‘భారత్’ ను చూడాలని ఆశించాను. అది వాస్తవమయ్యే రోజు చూడటానికి నాకు ఆయుష్షు చాలలేదు. నువ్వు నాకల నిజం చేశావు నాయనా. నాకు ఇంకొక కోరికకూడా ఉన్నది. ఈ దేశాన్ని ఐహికంగా సంపన్నం చేయటమే గాక ఆధ్యాత్మికంగా ఘనమైనదిగా చేయాలని. నువ్వు రెంటినీ నిజం చేశావు.”

చాణక్యులు నిద్ర మేల్కొన్నపుడు తన తరవాతి జీవిత పరమార్థం ఏమిటో అర్థంచేసుకున్నారు. అంతరంగంలో ఆయన ఆలోచన: “తండ్రీ మీకల నిజం కావటానికి నేను ఏదైనా చేసి ఉంటే అది నా అదృష్టంగా భావిస్తాను.”

అర్ధరాత్రివేళ చాణక్యులు రాజప్రాసాదం వదిలి అడివిలోని తన ఆశ్రమానికి చేరారు. ఆయన బోటి గురువులకు అదే యోగ్యమైన ప్రదేశం. ఆయన చేయవలసిన మహోత్తమ కార్యం ఇంకా మిగిలి ఉన్నది.

సూక్ష్మదృష్టి

- ❖ గురువులు కేవలం పాఠం చెప్పటమే గాదు లక్షలాది జీవితాలు రూపు దిద్దుతారు.
- ❖ ఒక జీవిత పరమార్థం నెరవేరాక, అంతకు మించిన పరమార్థసాధనకు కృషిచేయాలి.
- ❖ ఎప్పుడు పట్టువదలాలో తెలుసుకోండి. విరక్తి ఉన్నత పరమార్థానికి సోపానం.

అధ్యాయం 8

అనుభవ సంపద

ఆచార్య నీతి

జీవితం మనకు అనేక విషయాలు నేర్పుతుంది. అయితే, నేర్చుకున్న ఇన్నిపాఠాలతో మనం ఏమి చేస్తామన్నదే పెద్దప్రశ్న.

మన అనుభవాలు ఎవరికి ప్రయోజనకారులు అవుతాయో వారితో పంచుకొనటమే మనం చేయగలిగిన ఏకైక సేవ. మన అనుభవాలు మంచీ చెడ్డా అన్నీ అతివిలువైనవి. అనుభవంతోబాటు వివేచనగల వ్యక్తి సమాజానికి ఒక విలువైన ఆస్తి.

ఆచార్య కథ

రాజోద్యోగం నించి విరమించినా చాణక్యులు క్రియాశూన్యులుగా ఉండలేదు. వనంలోని గురుకులంలో ఆలోచన, ధ్యానంతో బాటు తర్వాతి తరం విద్యార్థులకు విద్యాబోధ కొనసాగించారు.

ఒకనాడు పొరుగు గురుకులం నుంచి ఒక గురువు ఆయనను కలవటానికి వచ్చారు. వారు తమజీవితాలను పునరావలోకనం చేస్తూ ముచ్చటించుతుండగా చాణక్యులు అన్నారు "జీవితంలో మహోన్నత విషయాలను, అధమాధమ విషయాలనూ చూడగోరినవి, చూడదలచనివీ – అన్నీ చూశాను."

ఆయన మిత్రుల ప్రశ్న "మరి యీ అనుభవ ఆధారంతో ఏం చేయదలుచుకున్నావు?"

"నాకొక పథకం ఉన్నది" చాణక్యులు సాలోచనగా అన్నారు.

"పథకమా!" ఆయన మిత్రుల ఉత్సుకత.

"నా అనుభవాలను గ్రంథస్థం చేయబోతున్నాను" చాణక్యులు ప్రకటించారు. "అలా అయితే నా అస్తమయం తర్వాత కూడా, నాకు తెలిసినదంతా అవసరమైన వారికి అందుబాటులో ఉంటుంది."

తన మిత్రుల కళ్లలోకి సూటిగా చూస్తూ "నేను నా స్వంత అర్థశాస్త్ర - కౌటిల్యుడి అర్థశాస్త్ర - రచించ బోతున్నాను.

ఆయన ప్రకటనలోని ప్రాముఖ్యత ఆయన మిత్రులకు అర్థం అయింది.

"ఈ ప్రపంచం ఒక విద్యాలయం, మన అనుభవాలకు ఇతరులనుంచి మనం నేర్చుకున్నది జోడించి ఎదుగుతాం. జ్ఞానం నలు దిశలా ప్రసరింప జేయటం మన భాధ్యత, ధర్మం.

నా జీవితమంతా నేను రాజనీతిలో గడిపాను. అది నా వృత్తి, అభిరుచి కూడా. నేను ఒక రాజనీతి గురువుకు జన్మించాను. తక్షశిల విశ్వవిద్యాలయంలో ఆ శాస్త్రమే అధ్యయనం చేశాను. చంద్రగుప్తుడి ఆస్థానంలో అది ఆచరించి అమలు జరిపాను. ఇప్పుడు అది రచించబోతున్నాను".

చాణుక్యుల తరవాతి ఆలోచన అత్యంత తర్కబద్ధమైనది. రాజనీతిని గురించి రచించటానికి తనను మించిన అర్హులెవరు?

వారి మహోత్తమ రాజనీతి జ్ఞానమే అర్థశాస్త్ర. ఈ శాస్త్రాన్ని బోధించి రచించిన ఆచార్యులు, గురువులు అనేకులు ఉన్నారు. నేను వారందరి రచనలు అధ్యయనంచేసి వారి సారాంశం అవగతం చేసుకున్నాను. పూర్వ అర్థశాస్త్ర ఆచార్యులు అనేకులు తమ అవగాహన, అనుభవాలను తమ రచనలలో పొందుపరిచారు. శుక్రాచార్యులు, బృహస్పతి, ఉషనన్, మనువు, మహాభారతంలో భీష్ముడు, కృష్ణుడు కూడా రాజనీతిని గురించి విపులంగా భాషించారు. రాజనీతి శాస్త్రం వారి సహకారం, తోడ్పాటు, ఆ తరం విద్యార్థులకు ముఖ్య అవసరమై నిలిచింది."

ఒక చిరు విరామం తర్వాత చాణక్యులు కొనసాగారు "కాని ఆ అర్థశాస్త్రాలు ఒక్కొకటి ఆనాటి సమస్యలకూ, ఆ తరాని కొరకు వ్రాసి బోధించ

బడినవి. వాటిలో చాల భాగం ఈనాటికీ ఆచరణీయమే అయినా కొన్ని అంశలకు కాలదోషం పట్టింది. ఆ బోధనలు మన తరానికి అనుకూలమయ్యేట్లు సవరించుతాను. నేను నా స్వీయ అర్ధశాస్త్రాన్ని రచించుతా."

"ఇది అద్భుతమైన యోచన విష్ణు!" మెచ్చిన ఆ మిత్రులు అన్నారు. "నువ్వు రచించిన తర్వాత నా విద్యార్థులకు అది ప్రామాణికంగా బోధిస్తాను. కార్యనిర్వహణకు, జ్ఞాన సముపార్జనకు నీ కృషి ఘనసహకారం అవుతుంది. నీకు అంతా తెలుసు. నీ అర్ధశాస్త్ర - విషయంలో సంపన్నము, కాలానికి తగిన విలువతో ప్రతి ఒక్కరికీ అమూల్య జ్ఞాన భాండారం అవుతుంది."

చాణుక్యులు రంగంలోకి దిగారు. అంతక్రితం ఉన్న అర్ధశాస్త్రలు అధ్యయనంచేసి నోట్స్ రాసుకొనటంలో ఆయన అధికాధిక సమయం వెచ్చించారు. ఆయన తన అర్ధశాస్త్రను 150 అధ్యాయాలలో 15 సంపుటాలుగా విభజించారు. ఆయన పూర్తి చేసేసరికి అందులో 6000 శ్లోకాలు/సూత్రాలు ఉన్నవి. కౌటిల్యుల అర్ధశాస్త్రలో ఆరంభశ్లోకం:

"ఈ భూమిని సంపాదించి, సంరక్షించే ప్రయత్నంలో రాజనీతిని గురించి ఇంతకు పూర్వం ఆచార్యుల బోధనలు, రచనలు క్రోడీకరించి రాజనీతిపై ఈ పరిశీలనాత్మక గ్రంథం తయారు చేయబడింది.

ఆయన తర్వాతి లేఖనం.

"కౌటిల్యుడు రచించిన ఈ శాస్త్ర గ్రంథం నేర్చుకొనటానికి అర్థం చేసికొనటానికి సులువు, పదం, భావం, సిద్ధాంతం స్పష్టం, క్లుప్తమైన రచనా ..."

కౌటిల్యుల అర్ధశాస్త్ర విస్తృత పరిధిలో - రాజు, అమాత్యుల ఎంపిక, ప్రభుత్వ రాబడి సేకరణ, న్యాయము-చట్టము, న్యాయమూర్తుల విధులు, ప్రజాపరిపాలన, నేరస్థుల నిర్మూలన, గూఢచర్యం, యుద్ధ వ్యూహాలు మొ - అనేక విషయాలు చర్చించుతుంది.

చివరలో చాణక్యులు వ్రాస్తారు:

"ఈ శాస్త్రం ఆధ్యాత్మిక శుభాన్ని, ఐహిక సుఖ సంతోషమయ జీవనాన్ని,

తెచ్చిపెట్టి సంరక్షించుతుంది ఆధ్యాత్మిక దౌష్ట్యాన్ని, వస్తునష్టాన్ని ద్వేషాన్ని నిర్మూలించుతుంది ...”

“శాస్త్ర పరిశీలనాత్మక గ్రంథాలలో రచయితల వివిధ లోపాలు గమనించి ఈ గ్రంథాన్ని విష్ణుగుప్తుడే కూర్చి స్వయంగా భాష్యం రచించాడు” అని తనరచనకు ముగింపు పలికారు.

చాణక్యులు అర్ధశాస్త్ర రచించి ఉండకపోతే అనన్య సామాన్య జ్ఞాన సంపద మనది కాకుండాపోయేది.

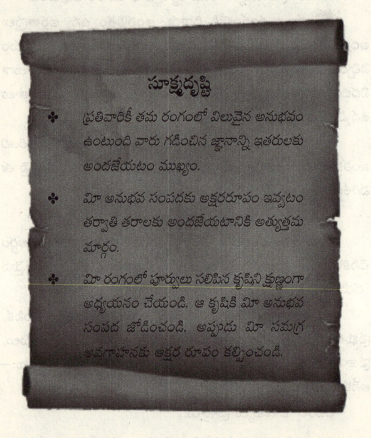

సూక్ష్మదృష్టి

- ప్రతివారికీ తమ రంగంలో విలువైన అనుభవం ఉంటుంది వారు గడించిన జ్ఞానాన్ని ఇతరులకు అందజేయటం ముఖ్యం.
- మీ అనుభవ సంపదకు అక్షరరూపం ఇవ్వటం తర్వాతి తరాలకు అందజేయటానికి అత్యుత్తమ మార్గం.
- మీ రంగంలో పూర్వులు సలిపిన కృషిని క్షుణ్ణంగా అధ్యయనం చేయండి. ఆ కృషికి మీ అనుభవ సంపద జోడించండి. అప్పుడు మీ సమగ్ర అవగాహనకు అక్షర రూపం కల్పించండి.

అధ్యాయం 9

సత్పరిపాలన రహస్యం

ఆచార్య నీతి

విద్యార్థులు లేని గురువు ఉండటం అనూహ్యం. అనేక కారణాల వల్ల విద్యార్థులు గురువును వెతుక్కుంటూ వస్తారు. సాధారణంగా పేరుపొందిన గురువువద్ద నేర్చుకోవాలనేది వారి అభిలాష. అయితే తరుచుగా గురువు పేరు ప్రఖ్యాతులు ఆదర్శ విద్యార్థుల వలననే కలుగుతవి.

ఆచార్య కథ

కాలక్రమేణ చాణక్యుల ఖ్యాతి నలుమూలలా విస్తరించింది. ఆయన విద్యార్థులు దేశం అంతటినించీ మాత్రమే కాక కొందరు విదేశాలనించి కూడా వచ్చారు.

దానికి తోడు విద్యారంగంలో అర్థశాస్త్ర ఆదరణ పొందసాగింది. సత్పరిపాలనకు అది మూల గ్రంథంగా పరిగణన కెక్కింది.

ఒకనాడు గ్రీసు దేశంలోని రాజనీతి శాస్త్ర విద్యార్థులు భారత్ అనే సంపన్న, ఐశ్వర్యవంత దేశం ఉన్నదని తెలుసుకున్నారు. అది ఎలా ఐశ్వర్యవంతము సంపన్నము అయిందో తెలుసుకొని ఆ మార్గాలు అవలంబించాలని వారి కోరిక. వారు తామే స్వయంగా భారత్ దర్శించి తెలుసుకోవాలని నిర్ణయించుకున్నారు.

అయితే రాష్ట్రప్రగతిలో చాణక్యుల పాత్ర వారెరుగరు. వారు విన్నదానికంటే ఈరాష్ట్ర ఐశ్వర్యం బహుమిన్న అని వారు భారత్‌చేరి చూసి ఆశ్చర్య పోయారు. వారు దేశమంతటా పర్యటించి ప్రతిచోటా అవే సంతోష సంపదలు గమనించారు. వారికి అదంతా వైవిధ్యమైన నూతన ప్రపంచం!

ఒక వ్యాపార కూడలిలో వారు అక్కడ ఒకవ్యక్తిని అడిగారు. "ఈ రాష్ట్రం ఇంత సంపన్నంగా, సంతోషంగా ఎలా ఉన్నది?"

ఆవ్యక్తి కృతజ్ఞతాపూర్వకంగా తలవంచి "ఇదంతా మా చంద్రగుప్త మహారాజు చలవ. మా దేశపు ఆర్థిక విధానాలు, ఆధ్యాత్మిక సూత్రాలు చాల శ్రేయస్కరమైనవి. మేమంతా శ్రమించి కృషి చేస్తాము, మాకు తగిన ప్రతిఫలం ముట్టుతుంది. ఇక్కడ అంతా న్యాయము, ధర్మము నడుస్తవి."

దానితో ఆ విద్యార్థి బృందం రాజుగార్ని కలుసుకొనాలని నిశ్చయించారు. చంద్రగుప్త మహారాజు దర్శనార్థం వారు మర్నాడు రాజధానికి బయలు దేరారు.

రాజభవనం వైభవం వారిని సమ్మోహపరిచింది. వారికి వడ్డించిన విందు భోజనం వారికి ఊహాతీతం. విద్యార్థులంతా రాజును కీర్తించారు. "మహారాజా మీ ఆతిథ్యానికి మా హృదయపూర్వక ధన్యవాదాలు. మీ ఆదరణ మాకు అణకువ నేర్పింది."

చంద్రగుప్తులు అన్నారు. "ఇది మాదేశ ఆచారం, అతిథి అంటే మాకు దేవుడితో సమానం - అతిథి దేవో భవ."

గ్రీకులు ఇప్పుడు వారి వచ్చిన విశేషం తెలుసుకోదలచారు. వారి ఆకలి తీరి పొట్టలు నిండుగా ఉన్నాయి. ఇప్పుడు రాజునించే నేరుగా తమ జ్ఞాన తృష్ణ తీర్చుకోదలచారు. వారు కీలక ప్రశ్న అడిగారు.

"మీ పౌరులు ఆనందంగా మిమ్మల్ని కీర్తించుతున్నారు. ఈ రాష్ట్రాన్ని అంతబాగా ఎలా పరిపాలించుతున్నారు!"

చంద్రగుప్తులు నవ్వారు. "మీరు అపార్థం చేసుకున్నారు. ఈ దేశాన్ని నేను పాలించుతున్నానని ఎవరన్నారు?"

ఆ విద్యార్థి బృందం ఒకరిముఖాలు ఒకరు చూసుకున్నారు. ఎలా సమాధానం చెప్పాలో వారికి తోచలేదు.

"నిజానికి ఈ రాజ్యం పరిపాలించేది నేను కాదు, మా గురువుగారు. సామాన్య పౌరుడికి తెలియని రహస్యం అది."

వారు ఆశ్చర్యపోయారు. ఒక గురువు రాజ్యం ఎలా పరిపాలించుతారు? అది రాజధర్మం కదా!

భారత సంస్కృతినీ, సంప్రదాయాన్నీ కించపరుస్తామేమో నన్న భీతితో ఆ విద్యార్థులు నోరు మెదపలేదు. "మీ గురువు ఎవరు? మేము వారిని కలుసుకొనవచ్చా?"

చంద్రగుప్తులకు ఆనందమైంది. "తప్పకుండా, ఆచార్య చాణుక్యులకు విద్యార్థులను కలుసుకోవటమంటే, జ్ఞాన తృష్ణ గలవారంటే వారికి అవ్యాజ ఆనందం."

"రేపు ఉదయం మాభటులు మిమ్మల్ని వనంలోని ఆశ్రమానికి తీసుకువెళ్తారు." మహారాజు అన్నారు.

గ్రీకులకు అది మరొక వింత అయింది. ఈ రాజ్యంలో అత్యంత శక్తిశాలి మహారాజు కాదు! ఆయన నివాసం అడవిలోనా..?

"మీరు ఒక ఐతిహాసిక వ్యక్తిని, కలుసుకొనబోతున్నారని గుర్తుంచు కొనండి. మీకు వీలయినదంతా నేర్చుకొనటానికి సంసిద్ధులై ఉండండి." రాజు ఆ మాటలతో వారిని విడిచి వెళ్లారు.

ఆశ్రమం చేరినపుడు అది కేవలం అత్యవసర వస్తువులతో మాత్రమే అమరి ఉన్నదని విద్యార్థులు గమనించారు. చాలమంది చిన్న విద్యార్థులు అటూ ఇటూ తిరుగుతున్నారు. చివరకు వారు చాణక్యులను కలసినపుడు ఆయన ఎంతసామాన్యంగా ఉన్నారో చూసి వారంతా ఆశ్చర్య పోయారు.

"ఆచార్యా, మా ప్రణామాలు స్వీకరించండి. ఈ అడవిలో కూర్చుని మీరు రాజ్యం ఎలా పాలించుతున్నారు?" వారు ఆసక్తితో అడిగారు.

"రాజ్య పాలనా ...?" కనుబొమలు పైకి ఎత్తారు చాణక్యులు కించి దాశ్చర్యంతో, పరిహాసంగా.

ఆవిద్యార్థులు పూర్తిగా అయోమయం పాలయినారు. భారతవర్ష, దాని సంపన్నత విని అది మీరు ఎలా సాధించారో తెలుసుకోవాలని ఇంత దూరం ప్రయాణం చేసి వచ్చాం. ఇక్కడికి వచ్చి విచారించితే పౌరులందరు అదంతా

చంద్రగుప్త మహారాజు చలవ అన్నారు. మహారాజేమో ఈ సుభిక్ష మంతటికీ మీరే మూలపురుషులన్నారు... దయచేసి నిజమేమిటో తెలుపండి."

చాణక్యులు నవ్వారు. "భరత వర్షాన్ని ధర్మం పరిపాలించుతుంది. రాజుకు ధర్మమార్గం చూపించటమే నా విధి. ఆయన తనరాజ్యపాలనకు ఆ జ్ఞానాన్ని వినియోగించుతారు."

అప్పుడు వారికి బోధపడింది. గురువు దారి చూపుతారు, రాజు అనుసరించుతారు. ఇద్దరూ కలిసి దేశాన్ని సుఖసంపదల దిశగా నడిపించుతారు. అదే 'సత్పరిపాలన' రహస్యం.

సూక్ష్మదృష్టి

- ఒక దేశం సఫలత, ప్రగతి ప్రపంచదృష్టికి రాకుండా ఉండదు.
- కొన్ని సందర్భాలలో గురువు - రాజస్రష్ట - రాజుకంటే పలువిధాల శక్తిమంతమైన వ్యక్తి.
- ధర్మఅనుసరణ సమాజ సంతోషానికి మూలం. ధర్మబద్ధమైన సమాజం సుఖసంతోషాల మయం.

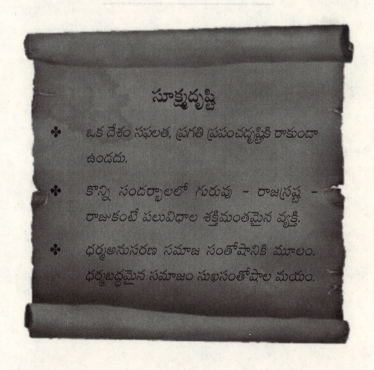

అధ్యాయం 10

ప్రస్థానం

ఆచార్య నీతి

మరణమే జీవితంలో మనకు ఉన్నహామీ. కాని ఇతర జీవితాలను ఉత్తేజ పరిచిన వారు అమర జీవులై ఉంటారు. వారి జీవితంలోని ప్రతి సంఘటన, ప్రతి అనుభవము ఇతరులకు ఒకపాఠం అవుతుంది.

కాని ఇతరులు తమను గుర్తించుతున్నారా లేదా అన్నది వారికి అప్రస్తుతం. జీవిత పరమార్థమే వారికి ముఖ్యం. ఒకసారి ఆ జీవిత పరమార్థం సాధించిన తర్వాత వారు ఈ లోకం విడిచి వెళ్లటానికి ఏమాత్రం సంకోచించరు.

చాణక్యుల జీవితం కూడా ఉత్తేజ మూలం. ఒక సాధారణ గ్రామీణ బాలుడి స్థాయినించి ఆయన సమకాలీన ఆచార్యుల, తత్త్వవేత్తలలో అగ్రగణ్యులుగా వినుతి కెక్కారు. మన వివేచనా సంపదకు ఆచార్యుల తోడ్పాటు జోడించకపోతే భారతదేశ చరిత్ర అసంపూర్తిగా మిగిలిపోతుంది.

ఆచార్య కథ

ఒకనాడు ఒకవిద్యార్థి ఆయనను అడిగాడు. "ఆచార్యా మీరు మాకు బోధించనిది ఇంకా ఏమయినా ఉన్నదా?"

ఆచార్యులు ఒక నిమిషం ఆలోచన తర్వాత "ఘనమైన వాటికోసం అల్పమయిన వాటిని త్యజించు." అన్నారు.

తన చుట్టూ ఉన్న ముఖాలలో అయోమయం గమనించి ఆయన వివరణ ఇచ్చారు. "మన గ్రామంలో పుట్టి పెరిగితే ఉన్నత విద్యకోసం, వాణిజ్యం కోసం మనం పల్లె వదిలి పట్నం వెళ్లవచ్చు. ఒక కుటుంబం మొత్తాన్ని రక్షించటానికి ఒక వ్యక్తి త్యాగం చేయవలసిన అవసరం కలగవచ్చు. ఈ ప్రపంచం కోసం మన దేశాన్నే త్యాగం చేయవలసిన అవసరం రావచ్చు."

అప్పుడు చాణక్యులు తన సందేశం లోని ఆధ్యాత్మిక ప్రాముఖ్యతను విపులీకరించారు. "పరమాత్మ అన్వేషణలో ఒకరు సర్వమూ త్యజించ వలసిన అవసరం ఏర్పడవచ్చు. ఈ లోకంలో ఏదీ శాశ్వతం కాదు. డబ్బు వస్తుంది, పోతుంది, యౌవనం సడలిపోతుంది. జీవితం ముగుస్తుంది, నిత్యము, శాశ్వతము అయినది ఒక్కటే- విశ్వాసం.

చాణక్యులు కూడా నిర్లిప్తత అభ్యసించారు. పరమశుభం కొరకు ఆయన సర్వమూ త్యజించారు. పరమాత్మలో ఆయన పూర్తిగా విశ్వసించారు. తనకు ఎన్ని కష్టాలు కలిగినా ఏదో ఒకనాడు తాను సఫలురౌతారని ఆయన నమ్మకం. ఎన్ని అవాంతరాలు వచ్చినా ఆయన నమ్మకమే ఆయనను చివరి వరకూ నడిపించింది.

అప్పుడా విద్యార్థి చాణక్యులను అడిగారు "ఒకనాడు మీకంటే బలవంతు లయిన శతృవులచేత చుట్టుముట్టబడి ఉన్నారు. ఎవరయినా మిమ్ములను చంపుతారని మీకు భయం వేయలేదా?"

చాణక్యులు నవ్వారు. "చావు అంటే భయం లేని వ్యక్తి మరి దేనిని గురించీ భయపడడు. ఆ మాటకు వస్తే భయపడ వలసింది ఎదుటివారే.

అప్పుడు ఆయన వారికి ఒక కథ చెప్పారు.

"నన్ను చంపటానికి అనేక ప్రయత్నాలు జరిగాయి. ఒక హంతకుడు రాజ భవనం లోకి కూడా ప్రవేశించాడు. నా భోజనంలో విషం కలపాలని అతని పథకం."

"అది మీరెలా తెలుసుకోగలిగారు ఆచార్యా!"

చాణక్యులు "నా అర్థశాస్త్రలో అధ్యాయం మూడు" అన ఊరు కున్నారు.

ఆ అధ్యాయం స్ఫురణకు తెచ్చుకుంటూ ఆ విద్యార్థి అన్నాడు. "అవును. విషం కలిసిన అన్నం చూట్టూ ఒక విధమైన నురుగు చేరుతుంది. దాని వల్ల మెతుకులు నీలిరంగులో కనపడుతాయి అనుకుంటాను .."

"నిజం. నాకు విషం పెట్టాలనుకున్న వ్యక్తికి ఏం జరిగిందో తెలుసా?"

విద్యార్థిలో ఉత్సుకత పెరిగింది.

విషాక్తమయిన ఆహారం గుర్తించటం అధ్యయనం చేశాను గదా, కనుక ఆహారంలో విషం కలపటమెలాగో కూడా నేను తెలుసుకున్నాను." ఒక వికట హాసంతో ఆయన చెప్పారు "మర్నాడు అదే వంట మనిషికి శత్రుభోజనం తయారు చేయమని చెప్పాను. నేను ఎలా గతించాలని అతను కోరాడో అదే విధంగా అతను మరణించాడు."

అటువంటి అల్పమైన ప్రాపంచిక విషయాలతో విసుగెత్తినట్లు చాణక్యులు ఆగారు. "మరణం వదిలి జీవం గురించి మాట్లాడు కుందాం."

ఆయన ముఖం తేజోమయంకాగా ఆయన అన్నారు. "నాకు అమితానందం కలిగించేది ఏమిటో తెలుసా?"

"చంద్ర గుప్తుడి మనుమడు అశోకుడు. చంద్రగుప్తుడి అనంతరం ఈ భరత వర్షం ఏమైపోతుందా అని చింతించే వాడిని. కాని ఆయన కుమారుడు బిందుసారుడు, ఆతర్వాత అశోకుడిని తలచుకొంటే నాకు మహదానందం కలుగుతుంది. ఇద్దరూ ఘనమైన నాయకత్వ లక్షణాలు ప్రదర్శించారు."

చంద్రగుప్తుడి వలెనే అశోకుడిని తీర్చి దిద్దటానికి చాణక్యులు చాల సమయం వెచ్చించారు.

"అశోకుడికి తర్ఫీతు ఇవ్వటం సులువైంది. అతని తాతకు తర్ఫీదు ఇవ్వటానికి అవసరమైనంత శ్రమ అక్కర లేక పోయింది. ఎందుకో తెలుసా? అశోకుడు యువరాజుగా శిక్షణ పొందేనాటికి మనకు ఒక దేశంగా సమస్యలు, బయటినించి భయాలు తగ్గినవి. నడుస్తున్న సమస్యలు ఏమీ లేవు గనుక అశోకుడికి నా అనుభవంతో శిక్షణ ఇచ్చాను."

తర్వాతి కాలంలో చాణక్యులు సామాన్యులకు కనుమరుగు అయినారు. ఆయన సన్యాసం స్వీకరించి అంతా ధ్యానంలోనే గడుపుతున్నారని నమ్మిక. చివరకు సకల జీవులు వాంఛించే ముక్తి సంపాదించారని, జనన మరణ చక్రం నించి విడివడి మోక్షం పొందారనీ వార్త.

ఆయనకు ఎదురయిన చివరి ప్రశ్నలలో ఒకటి. "మాకు మీ మార్గ దర్శకత్వం అవసరమయితే? మిమ్మల్ని కనుక్కొనేది ఎక్కడ?"

చాణక్యులు తన విద్యార్థికి భరోసా ఇచ్చారు. "మీకు ఏది కావలసినా, అది నా అర్థశాస్త్రలో లభించు తుంది. ఒకవేళ మీరు వెతుకుతున్నది అందులో కనుపించక పోతే, నేను నేర్పిన దంతా మననం చేస్తూ అంతర్ముఖులు అవండి. సదా మీ సమాధానం మీకు దొరుకుతుంది."

చాణక్యుల వివేచనకు అంతంలేదు. అది ఈ విశ్వంలో శాశ్వతం అయి మళ్లీ మళ్లీ పుట్టుతునే ఉంటుంది. మన జీవిత నాణ్యతను, విలువలను పెంచు కొనటానికి నిత్యం వినియోగించవచ్చు.

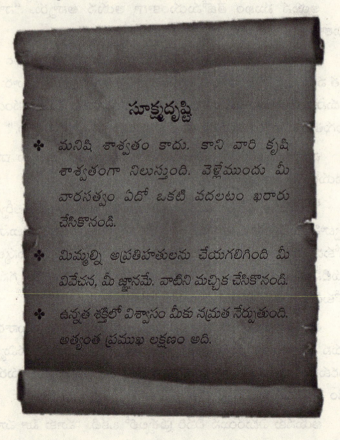

సూక్ష్మదృష్టి

- మనిషి శాశ్వతం కాదు. కాని వారి కృషి శాశ్వతంగా నిలుస్తుంది. వెళ్లేముందు మీ వారసత్వం ఏదో ఒకటి వదలటం ఖరారు చేసికొనండి.
- మిమ్మల్ని అప్రతిహతులను చేయగలిగింది మీ వివేచన, మీ జ్ఞానమే. వాటిని మచ్చిక చేసికొనండి.
- ఉన్నత శక్తిలో విశ్వాసం మీకు నమ్రత నేర్పుతుంది. అత్యంత ప్రముఖ లక్షణం అది.